AF747749

മത്സരപ്പരീക്ഷകളിലെ മലയാളം

2000 ചോദ്യങ്ങൾ

Malsarappareekshakalile Malayalam
2000 Chodyangal

Saji Karingola

CHINTHA PUBLISHERS
Thiruvananthapuram

First Edition
December 2014

Second Edition
June 2017

Third Edition
May 2019

Second Impression
April 2021

Published & Typesetting
Chintha Publishers, Thiruvananthapuram

Printed at
repro india ltd, mumbai

Cover Design
Vinod Mangoes

ISBN - 978-93-85018-45-9

CR - 2123 / 5471

Email: chinthapublishers@gmail.com
Website: www.chinthapublishers.com

Distribution
DESHABHIMANI BOOKHOUSE
H O Thiruvananthapuram 695035

Branch
Head Office Kunnukuzhi • Statue Thiruvananthapuram •
KSRTC Bus Station Thiruvananthapuram
KSRTC Bus Station Alappuzha • KSRTC Bus Station Ernakulam •
Machingal Lane Thrissur • IG Road Kozhikode •
Mavoor Road Kozhikode • NGO Union Building Kannur •
Central Bus Terminal Complex Thavakkara Kannur

മത്സരപ്പരീക്ഷകളിലെ മലയാളം
2000 ചോദ്യങ്ങൾ

സജി കരിങ്ങോല

ചിന്ത പബ്ലിഷേഴ്സ്
തിരുവനന്തപുരം-695 035

സജി കരിങ്ങോല

1979 ൽ കൊല്ലം ജില്ലയിലെ ഓടനാവട്ടത്ത് കരിങ്ങോലയിൽ ജനിച്ചു. അച്ഛൻ: വൈ സാമുവൽ, അമ്മ: എ മറിയാമ്മ. മലയാളത്തിൽ എം എ, ബി എഡ്, എം ഫിൽ, നെറ്റ് എന്നിവ നേടി. കൊല്ലം ഫാത്തിമമാതാ നാഷണൽ കോളേജിൽ മൂന്നുവർഷം ഗസ്റ്റ് അദ്ധ്യാപകനായി പ്രവർത്തിച്ചു. ഇപ്പോൾ മദിരാശി സർവ്വകലാശാലയിലെ ഗവേഷകൻ. തിയേറ്റർ ഇൻഷ്യേറ്റീവ് കേരളയുടെ സജീവ പ്രവർത്തകൻ. *സോറി*, *മറീനയിലെ പ്രതിമകൾ* എന്നീ കവിതാസമാഹാരങ്ങളും ആറ് കവിതകളടങ്ങിയ സിഡിയും പ്രകാശനം ചെയ്തു. ഡോ. ബി ആർ അംബേദ്കർ ദേശീയ കവിതാ പുരസ്കാരം, ഇന്റർനാഷണൽ പീപ്പിൾസ് ലീപ് ഓർഗനൈസേഷൻ (IPLO)പുരസ്കാരം, പ്രസിഡന്റ്സ് ട്രോഫി കവിതാപുരസ്കാരം, സമന്വയം കവിതാ അവാർഡ് എന്നിവ നേടിയിട്ടുണ്ട്. ആകാശവാണി, കൊല്ലം ബെൻസിഗർ റേഡിയോ എഫ് എം എന്നിവയിൽ ആർട്ടിസ്റ്റാണ്. ഇപ്പോൾ കൊല്ലത്ത് താമസം.

ഭാര്യ : നിമി സജി,
മകൻ : ഷോൺ സാം സജി,
മൊബൈൽ : 9995385058,
ഇ–മെയിൽ : karingolasaji@gmail.com,
ബ്ലോഗ് : karingolasaji.blogspot.com

പ്രസാധകക്കുറിപ്പ്

മത്സരപ്പരീക്ഷകളിൽ പങ്കെടുക്കുന്നവർക്ക് ഉപയോഗിക്കാവുന്നതരത്തിൽ മലയാളഭാഷയും സാഹിത്യവുമായി ബന്ധപ്പെട്ട വിവരങ്ങൾ ലഭ്യമാക്കുക എന്ന ലക്ഷ്യത്തോടെയാണ് ഈ പുസ്തകം തയ്യാറാക്കപ്പെട്ടിരിക്കുന്നത്. വിവിധ നിലവാരങ്ങളിലൂടെ പരീക്ഷകൾക്ക് സഹായകരമായ ഒറ്റപ്പുസ്തകം എന്ന മേന്മ ഇതിനുണ്ട്. UGC, SET, HSST, NET, HSA, JRF, PSC തുടങ്ങിയ മത്സരപ്പരീക്ഷകൾക്കും സംസ്ഥാന പബ്ലിക് സർവ്വീസ് കമ്മീഷന്റെ വിവിധ തസ്തികകളിലേക്കുള്ള മത്സരപ്പരീക്ഷകൾക്കും ഉപയുക്തമാകുന്ന പുസ്തകം.

മത്സരപ്പരീക്ഷകളിൽ ഉന്നതവിജയം കാംക്ഷിക്കുന്നവർക്കായി ഭാഷാസംബന്ധിയായ 2000 ചോദ്യങ്ങളും അവയ്ക്കുള്ള ഉത്തരവും ഇതിൽ ഉൾക്കൊള്ളിച്ചിട്ടുണ്ട്.

ചിന്ത പബ്ലിഷേഴ്സ്

"ഭാവി രൂപപ്പെടുന്നത് ഇന്നു നാം
എന്തുചെയ്യുന്നു എന്നതിനെ ആശ്രയിച്ചാണ്"

—ഗാന്ധിജി

1. കൃഷ്ണഗാഥ എഴുതിയത് ആരുടെ കല്പനപ്രകാരമാണ്?

കോലത്തുനാട് ഉദയവർമ്മ രാജാവിന്റെ

2. "മനോധർമ്മപ്രകടനവും അലങ്കാരപ്രയോഗവും അമൃതനിഷ്യന്ദികളായ സുലളിതപദങ്ങളുടെ മേളനവും ഫലിതവും വഴക്കവും ഒഴുക്കും എല്ലാംകൂടി തികഞ്ഞിട്ട് ഒരു കവിത വായിക്കണമെങ്കിൽ കൃഷ്ഗാഥയെത്തന്നെ ആശ്രയിക്കണം" ഇങ്ങനെ കൃഷ്ണഗാഥയെക്കുറിച്ച് അഭിപ്രായപ്പെട്ടത് ആര്?

അപ്പൻ തമ്പുരാൻ

3. 'ചാടായി വന്നാനാദാനവനെങ്കിലും,

ചാടായി വന്നീല മേനിതന്നിൽ' – കൃഷ്ണഗാഥയിൽ ഈ വരികളിൽ ചെറുശ്ശേരി ഏതലങ്കാരമാണ് പ്രയോഗിച്ചിരിക്കുന്നത്?

യമകം

4. എഴുത്തച്ഛൻ കാവ്യരചനയ്ക്കുപയോഗിച്ചിരുന്ന പ്രധാന വൃത്തങ്ങൾ ഏതൊക്കെ?

കേക, കാകളി, അന്നനട, കളകാഞ്ചി

5. പ്രതിഭ, വ്യുല്പത്തി, അഭ്യാസം എന്നിവ ഉള്ളവനാണ് കവി – ഇങ്ങനെ അഭിപ്രായപ്പെട്ട സംസ്കൃത കാവ്യമീമാംസകൻ ആര്?

രാജശേഖരൻ (കവിരാജൻ എന്നും അറിയപ്പെടുന്നു. 7–ാം നൂറ്റാണ്ടിൽ ജീവിച്ചിരുന്നു. 'കാവ്യമീമാംസ'യാണ് പ്രധാന ഗ്രന്ഥം.)

6. ബ്രഹ്മാവിന്റെ സൃഷ്ടിയേക്കാൾ മഹത്ത്വമേറിയതാണ് കാവ്യസൃഷ്ടി എന്നഭിപ്രായപ്പെട്ടത്?

മമ്മടൻ

7. ചന്തുമേനോന്റെ ഇന്ദുലേഖയെക്കുറിച്ച് 'ഇന്ദുലേഖ' എന്ന പേരിൽ കഥ രചിച്ചതാര്?
സി വി കുഞ്ഞിരാമൻ

8. ഗുണം, അലങ്കാരം എന്നിവയിൽ സംസ്കരിക്കപ്പെടുന്ന ശബ്ദാർത്ഥ പ്രയോഗമാണ് കാവ്യം എന്ന് വാമനൻ ഏത് ഗ്രന്ഥത്തിലാണ് പറഞ്ഞിരിക്കുന്നത്?
കാവ്യാലങ്കാര സൂത്രം

9. 'കാവ്യപ്രകാശം' എന്ന ഗ്രന്ഥത്തിന്റെ കർത്താവ്?
മമ്മടൻ

10. കിരാതം വഞ്ചിപ്പാട്ടിന്റെ കർത്താവ്?
കുഞ്ചൻ നമ്പ്യാർ

11. 'ഹനുമാൻ സേവ' എന്ന നോവൽ രചിച്ചത് ആരൊക്കെ?
എം പി നാരായണപിള്ള, പുനത്തിൽ കുഞ്ഞബ്ദുള്ള

12. കുട്ടിക്കൃഷ്ണമാരാർ നളചരിതത്തിന് രചിച്ച വ്യാഖ്യാനം?
ദീപിക

13. സി ജെ യുടെ 'ഇവൻ എന്റെ പ്രിയപുത്രൻ' ഏത് സാഹിത്യവിഭാഗത്തിൽപ്പെടുന്നു?
ഉപന്യാസങ്ങൾ

14. 'വസിഷ്ഠം കിളിപ്പാട്ട്' എഴുതിയത് ആര്?
ഇരയിമ്മൻ തമ്പി

15. 'കീചകവധം ആട്ടക്കഥ' രചിച്ചത് ആര്?
ഇരയിമ്മൻ തമ്പി

16. കലയുടെ ആനന്ദാത്മകതയെ വ്യാഖ്യാനിക്കുന്നതിന് 'പൊയറ്റിക്സിൽ' അരിസ്റ്റോട്ടിൽ ഉപയോഗിച്ച പദം?
കഥാർസിസ് (Catharsis)

17. എക്സ്പ്രഷനിസത്തെ ബൃഹത് പുരോഗമന സാഹിത്യമെന്ന് വിളിച്ചത് ആര്?
കേസരി എ ബാലകൃഷ്ണപിള്ള

18. ചങ്ങമ്പുഴ കൃഷ്ണപിള്ളയുടെ 'സങ്കല്പകാന്തി' എന്ന കവിതാസമാഹാരത്തിന് അവതാരിക എഴുതിയിരിക്കുന്നതാര്?
ഉള്ളൂർ എസ് പരമേശ്വരയ്യർ

19. വൈക്കം മുഹമ്മദ് ബഷീർ ഒരു ഹ്യൂമനിസ്റ്റും ഹ്യൂമറിസ്റ്റും ആണെന്ന് അഭിപ്രായപ്പെട്ടത് ആര്?
എം അച്യുതൻ

20. ഇടപ്പള്ളി രാഘവൻ പിള്ളയെയും ചങ്ങമ്പുഴ കൃഷ്ണപിള്ളയെയും ഇടപ്പള്ളി കവികൾ എന്ന് വിശേഷിപ്പിച്ചത് ആര്?

ഉള്ളൂർ എസ് പരമേശ്വരയ്യർ

21. 'കുമാരനാശാന്റെ രചനാശില്പം' എന്ന നിരൂപണ ഗ്രന്ഥമെഴുതിയതാര്?

എം എം ബഷീർ

22. 'നോവൽ പ്രശ്നങ്ങളും പഠനങ്ങളും' എന്ന നിരൂപണഗ്രന്ഥം രചിച്ചത്?

എം അച്യുതൻ

23. 'കാവ്യകല കുമാരനാശാനിലൂടെ' നിരൂപണ ഗ്രന്ഥം രചിച്ചത് ആര്?

പി കെ ബാലകൃഷ്ണൻ

24. 'ഹെർബേറിയം' ഏത് വിഭാഗത്തിൽവരുന്ന കൃതിയാണ്?

നിരൂപണം

25. 'കേരളഹൃദയം' എന്ന പേരിൽ മയൂരസന്ദേശത്തിന് വ്യാഖ്യാനം രചിച്ചത് ആര്?

ഡോ. പി കെ നാരായണപിള്ള

26. സുകുമാർ അഴീക്കോട് 'മലയാള സാഹിത്യവിമർശനം' എന്ന കൃതിയിൽ ഗദ്യത്തിന്റെ പിതാവായിരിക്കും വിമർശനത്തിന്റെ പിതാവ് എന്ന് ആരെക്കുറിച്ചാണ് പറഞ്ഞത്?

കേരളവർമ്മയെ

27. കെ രാമക്കുറുപ്പിന്റെ 'സൗദാമിനി' എന്ന നോവലിന് അവതാരിക എഴുതിയിരിക്കുന്നത് ആര്?

എ ആർ രാജരാജവർമ്മ

28. മലയാള സാഹിത്യം കാലഘട്ടങ്ങളിലൂടെ ആരുടെ പുസ്തകം?

എരുമേലി പരമേശ്വരൻ പിള്ള

29. 'സരസഗായക കവി കിരീടമണി' എന്ന് കേരളവർമ്മ ആരെക്കുറിച്ചാണ് പറഞ്ഞത്?

കെ സി കേശവപിള്ള

30. 'ആംഗലേയ കവിവര്യനായ കീറ്റ്സിനെപ്പോലെ' എന്ന് വി സി ബാലകൃഷ്ണപ്പണിക്കരെ ഉപമിച്ചത് ആര്?

ഉള്ളൂർ എസ് പരമേശ്വരയ്യർ

31. 'കൊടകരപുരാണം' എന്ന ബ്ലോഗ് സാഹിത്യകൃതിയുടെ കർത്താവ്?

സജീവൻ എടത്താടൻ

32. 'അമൃതപുളിനം' എന്ന ചലച്ചിത്രനോവലിന്റെ കർത്താവ്?
പള്ളത്ത് രാമൻ

33. 'പറങ്കിപ്പടയാളി' എന്ന നോവലിന്റെ കർത്താവ്?
സർദാർ കെ എം പണിക്കർ

34. 'ചാരുദത്തൻ' എന്ന നോവൽ രചിച്ചത്?
കേരള പാണിനി

35. തമിഴ് മലയാളമായി മാറിവരുന്നതിന്റെ വിവിധ പടവുകളാണ് ശാസനഭാഷ കൈകാര്യം ചെയ്തതെന്ന് അഭിപ്രായപ്പെട്ടത്?
എ സി ശേഖർ

36. 'മണിഗ്രാമം' എന്ന വ്യാപാര സംഘത്തിന്റെ അധീശത്വവും തൽസംബന്ധമായ ചില അധികാരാവകാശങ്ങളും സൂചിപ്പിക്കുന്ന ശാസനം?
വീരരാഘവ പട്ടയം

37. പദ്യസാഹിത്യത്തിൽ 'രാമചരിതം' പോലെ ഗദ്യത്തിൽ ഒരു അനർഘനിധിയാണ് ഭാഷാകൗടലീയം എന്ന് അഭിപ്രായപ്പെട്ടത്?
ഇളംകുളം കുഞ്ഞൻപിള്ള

38. 'മഴവില്ല്' എന്ന കഥാസമാഹാരത്തിന്റെ കർത്താവ്?
പുളിമാന പരമേശ്വരൻപിള്ള

39. 'ശ്രീശക്തിമയി' (ആപത്കരമായ മാല) എന്ന നോവൽ പ്രസിദ്ധീകൃതമായ വർഷം?
1914

40. എഴുത്തച്ഛൻ 'ബ്രഹ്മാണ്ഡപുരാണം' രചിച്ചത് ആരുടെ നിയോഗമനുസരിച്ചാണ്?
ആഴ്വാഞ്ചേരി തമ്പ്രാക്കളുടെ

41. 'വിദ്യാർത്ഥി' എന്ന ദ്വൈമാസിക ആരംഭിച്ചത് ആര്?
വി ടി ഭട്ടതിരിപ്പാട്

42. കൃഷ്ണഗാഥയെ മാറ്റി നിർത്തിയാൽ ഭാഷയിലെ ക്ലാസിക് പ്രസ്ഥാനം കിളിപ്പാട്ടിൽ കൂടിയാണ് വളർന്നിട്ടുള്ളതെന്ന് അഭിപ്രായപ്പെട്ടതാര്?
ഡോ. കെ എൻ എഴുത്തച്ഛൻ

43. 'ശബ്ദങ്ങളെ ദാസരെ എന്നപോലെ തനിക്ക് കീഴടക്കിയ ശക്തിയുക്തൻ' എന്ന് കുഞ്ഞിക്കുട്ടൻ തമ്പുരാനെ വിശേഷിപ്പിച്ചത് ആര്?
വള്ളത്തോൾ നാരായണ മേനോൻ

44. 'ജൂബിലി മഹോത്സവം' ഓട്ടൻതുള്ളൽ രചിച്ചത് ആര്?
വെൺമണി മഹൻ നമ്പൂതിരി

45. ജി ശങ്കരക്കുറുപ്പിന്റെ ആത്മകഥാപരമായ കവിത?

നിഴലുകൾ നീളുന്നു

46. 'മലയാളം കവിതയിലെ യുഗപരിവർത്തനത്തിന് ഹരിശ്രീ കുറിച്ച കവിനാദങ്ങളിൽ ശ്രീയാണ് വൈലോപ്പിള്ളി' എന്ന് വിലയിരുത്തിയതാര്?

ഡോ. എം ലീലാവതി

47. അലിംഗ ബഹുവചനത്തിന് ഉദാഹരണം എഴുതുക?

പണിക്കാർ

48. സമുച്ചയനിപാതത്തിന് ഉദാഹരണം?

രാമനും കൃഷ്ണനും

49. മലയാളം ഉൾപ്പെടെയുള്ള ദ്രാവിഡഭാഷകളിൽ ലിംഗവിഭജനം നടത്തുന്നത് എന്തിന്റെ അടിസ്ഥാനത്തിലാണ്?

അർത്ഥാനുസാരിയായി

50. സംയോജിക വിഭക്തിയുടെ കാരകാർത്ഥം ഏത്?

സാക്ഷികാരകം

51. മലയാളത്തിലെ ആദ്യത്തെ പരിഹാസനോവൽ?

പറങ്ങോടീ പരിണയം (1892 കിഴക്കേപ്പാട്ട് രാമൻകുട്ടി മേനോൻ)

52. മലയാളത്തിൽ കർത്തൃവ്യാപാരമില്ലാതെ നടക്കുന്ന ക്രിയകളെ വിളിക്കുന്ന പേര്?

നിഗീർണ്ണകർത്തൃകം

53. വിഭക്തിയും ഗതിയും ചേർന്നുവരുന്നതിനുപറയുന്ന പേര്?

മിശ്രവിഭക്തി

54. ഏതെങ്കിലും ഒരു വിഭക്തിയോട് ചേർന്നുനിന്ന് ആ വിഭക്ത്യാർത്ഥം പരിഷ്കരിക്കുന്ന ദ്യോതകമാണ്?

ഗതി

55. ലീലാതിലകകാരൻ ചൂണ്ടിക്കാട്ടാത്ത (പരിഗണിക്കാത്ത) സന്ധി?

വ്യഞ്ജനസന്ധി

56. 'ശേഷം പ്രയോഗാത്ജ്ഞേയം' എന്നു പറഞ്ഞ് സന്ധിപ്രകരണം അവസാനിക്കുന്ന പുസ്തകം?

ലീലാതിലകം

57. 'പന+കുല = പനങ്കുല' ഏത് സന്ധിയെയാണ് ഇവിടെ സൂചിപ്പിക്കുന്നത്?

ആഗമസന്ധി

58. ദ്വിത്വസന്ധിയിൽ ഇരട്ടിപ്പു സംഭവിക്കുന്നത് ഏതു വർണ്ണങ്ങൾക്കാണ്?

ദൃഢവർണ്ണങ്ങൾക്ക്

59. സംസ്കൃതകൃതിയായ അദ്ധ്യാത്മരാമായണത്തിന് മലയാളത്തിലുണ്ടായ ഗദ്യവിവർത്തനം നടത്തിയത് ആര്?

ഡോ. ഇ രാഘവവാര്യർ

60. ബഷീറിന്റെ ഓർമ്മയ്ക്ക് ഒ എൻ വി രചിച്ച പ്രസിദ്ധമായ കവിത?

സോജ

61. 'കൈത്തിരി' എന്ന കവിതാസമാഹാരത്തിന്റെ കർത്താവ്?

വിലാസിനി

62. നീലനിചോളേന നിഹ്നുതമെങ്കിലും

ചാലവേകാണുന്നു ചാരുതരമംഗം

കാളിന്ദിവാരിയിൽ ഗാഹനം ചെയ്തോരു

കാഞ്ചനശലാകതൻ കാന്തിയതുപോലവേ- ആരുടെ വരികൾ?

രാവണ വിജയം - കരീന്ദ്രൻ തമ്പുരാൻ

63. 'വീരാ വിരാടകുമാരാ വിഭോ' എന്നുതുടങ്ങുന്ന പ്രശസ്തമായ വരികൾ ഏതു കൃതിയിലേതാണ്?

ഉത്തരാസ്വയംവരം ആട്ടക്കഥ

64. 'ക്ഷോണീന്ദ്രപുത്രിയുടെ വാണീം നിശമ്യ' എന്നു തുടങ്ങുന്ന ദണ്ഡകം ഏത് കൃതിയിലേതാണ്?

കീചകവധം ആട്ടക്കഥ

65. മലയാളത്തിലെ പുരുഷഭേദനിരാസം നിരാസമല്ല, അഭാവമാണ് എന്ന് അഭിപ്രായപ്പെട്ടത്?

ഡോ. കെ എം ജോർജ്ജ്

66. ശബ്ദശാസ്ത്രം ഭാഷയുടെ പരമാത്മാവും നിഘണ്ടു ജീവാത്മാവുമാണെന്ന് അഭിപ്രായപ്പെട്ടത്?

വടക്കുംകൂർ രാജരാജവർമ്മ

67. 'മഴ' എന്ന പദ്യകൃതി രചിച്ചത് ആര്?

പി ടി ഉഷ

68. 'അഹം ബ്രഹ്മാസ്മി' എന്ന നോവൽ രചിച്ചത് ആര്?

കെ പി ബാബുദാസ്

69. അശ്വഘോഷന്റെ 'വജ്രസൂചി' എന്ന കൃതിക്ക് വിവർത്തനവും വ്യാഖ്യാനവും രചിച്ചത് ആര്?

ഹെർമ്മൻ ഗുണ്ടർട്ട്

70. വള്ളത്തോൾ ആദ്യമായി മലയാളത്തിലേക്ക് വിവർത്തനം ചെയ്ത കൃതി?

ആരോഗ്യചിന്താമണി

71. കേരളോല്പത്തിയും കോലത്തുനാട്ടിലേക്കുള്ള ബ്രാഹ്മണാധിനിവേശവും വിവരിക്കുന്ന കൃതി?

ജംബു ദ്വീപോല്പത്തി

72. 'ആനപ്പാപ്പാൻ അപ്പുനായർ' ഏതു നോവലിലെ കഥാപാത്രമാണ്?

ഒരു തെരുവിന്റെ കഥ

73. ആദ്യത്തെ എക്സിസ്റ്റൻഷ്യലിസ്റ്റിക് കൃതിയെന്ന് ഡോ. കെ എം തരകൻ അഭിപ്രായപ്പെട്ടത് ഏത് കൃതിയെ?

ശബ്ദങ്ങൾ (വൈക്കം മുഹമ്മദ് ബഷീർ)

74. ഒന്നാം ദേശീയ സമരം പശ്ചാത്തലമാക്കി മലയാറ്റൂർ രാമകൃഷ്ണൻ രചിച്ച നോവൽ?

അമൃതം തേടി

75. ആധുനികയുഗത്തിലെ മഹാഭാരതം എന്നു വിശേഷിപ്പിക്കപ്പെട്ട വിലാസിനിയുടെ നോവൽ?

അവകാശികൾ

76. 'ആയിരം പ്രപഞ്ചത്തെയുറക്കിപ്പുതപ്പിച്ചു-

മായിരം പ്രപഞ്ചത്തെയുണർത്തിത്താലോലിച്ചും

സ്ഥിരവാത്സല്യത്താലെ തുടിക്കുമനാദിയാം

കരളിലെനിക്കിടം തന്ന കാരുണ്യം വെൽവു'- ആരുടെ, ഏത് കവിതയിലെ വരികളാണിത്?

വിശ്വദർശനം -ജി ശങ്കരക്കുറുപ്പ്

77. കല്ലൂർ ഉമ്മൻ പീലിപ്പോസിന്റെ 'ആൾമാറാട്ടം' ചെറുകഥയുടെ മറ്റൊരു പേര്?

ഒരു നല്ല കേളീസല്ലാപം

78. 'ലോകകഥ' എന്ന ചെറുകഥാസമാഹാരത്തിന്റെ കർത്താവ്?

ഡോ. അയ്യപ്പപ്പണിക്കർ

79. 'കടാക്ഷം' എന്ന ചെറുകഥാസമാഹാരത്തിന്റെ കർത്താവ്?

ജോസഫ് മുണ്ടശ്ശേരി

80. ആയില്യം തിരുനാൾ മഹാരാജാവിന്റെ 'മീനകേതരചരിതം' ഏത് കൃതിയെ അവലംബിച്ചാണ് രചിക്കപ്പെട്ടിട്ടുള്ളത്?

അറബിക്കഥകൾ

81. 'സംസ്കൃതമാകിന ചെങ്ങഴിനീരും

നറ്റമിഴാകിന പിച്ചകമലരും' - എന്നതിലൂടെ അർത്ഥമാക്കുന്നത്?

സംസ്കൃതവും തമിഴും കൂട്ടിക്കലർത്തുന്ന ഭാഷാരീതി

82. ലീലാതിലകം ലക്ഷണം പൂർണ്ണമായും യോജിക്കുന്ന ആദ്യമലയാള കാവ്യം?

രാമചരിതം

83. 'നരപാലകർ ചിലരതിനു വിറച്ചാർ

നലമൊടു ജാനകി സന്തോഷിച്ചാൾ

അരവാദികൾ ഭയമീടുമിടിധ്വനിയാൽ

മയിലാനന്ദിപ്പതുപോലെ...'– ഏതു കൃതിയിലെ വരികൾ?

കണ്ണശ രാമായണം – രാമപ്പണിക്കർ

84. പണ്ഡിതന്മാരുടെയും സാഹിത്യരസികന്മാരുടെയും പ്രീതിയാർജ്ജിച്ച ചമ്പൂകൃതി?

ഉണ്ണിയച്ചീചരിതം

85. 'തേവർ ചിരികുമാരഞ്ചൊന്ന ചമ്പുമുറ്റവുമാദരാൽ' എന്നിങ്ങനെ ഉണ്ണിയച്ചീചരിതത്തിന്റെ അവസാനത്തെ ഭാഗത്തെ പ്രസ്താവനയിൽനിന്നും രചയിതാവ് ഒരു ദേവകുമാരൻ ആണെന്ന് പ്രസ്താവിക്കുന്നത് ആര്?

ടി എം ചുമ്മാർ (പദ്യസാഹിത്യചരിത്രം)

86. മണിപ്രവാളസംസ്കാരത്തിന്റെ ശ്രേണിയിൽ പിറന്ന കാവ്യതല്ലജങ്ങൾ എന്നു വിശേഷിപ്പിക്കുന്നത്?

സന്ദേശകാവ്യങ്ങളെ

87. 'പദ്യാത്മകമായ സഞ്ചാരസാഹിത്യത്തിന്റെ പ്രാചീന രൂപങ്ങൾ' എന്ന സന്ദേശകാവ്യങ്ങളെക്കുറിച്ച് വിലയിരുത്തൽ നടത്തിയത് ആര്?

ഡോ. എം ലീലാവതി

88. 'ബുദ്ധചരിതം' ആട്ടക്കഥ (1957) യുടെ കർത്താവ്

എൻ വി കൃഷ്ണവാര്യർ

89. 'Kathakali The Sacred Dance of Malayalam' എന്ന ഗ്രന്ഥം രചിച്ചത് ?

ഭരതയ്യർ

90. താഴെപ്പറയുന്നവയിൽ കോട്ടൂർ നമ്പ്യാരുടെ കൃതി ഏതാണ്?

കുചേലവൃത്തം കൈകൊട്ടിക്കളിപ്പാട്ട്

91. 'കൈരളീതിലകം' എന്ന പേരിൽ ലീലാതിലകത്തിന് വ്യാഖ്യാനം എഴുതിയത് ആര്?

ശൂരനാട് കുഞ്ഞൻപിള്ള

92. 'കേരളവർമ്മ രാമായണം' എഴുതിയത് ആര്?

കോട്ടയം കേരളവർമ്മ

93. ചവിട്ടുനാടകത്തിന്റെ സാഹിത്യം?

മലയാളം കലർന്ന തമിഴ്

94. പാനയുടെ രചനാശീലത്തിലുള്ള വൃത്തങ്ങൾ ഏതെല്ലാം?

ദ്രുതകാകളി–തരംഗിണി

95. പന്ത്രണ്ട്, പത്ത്, എട്ട്, നാല്, രണ്ട്, ഇത്തരത്തിൽ വൃത്തങ്ങൾ ഉപയോഗിക്കുന്നത്?

തിരുവാതിരപ്പാട്ടുകൾക്ക്

96. ഏതു രാജാവിന്റെ ആശ്രിതനായി കഴിഞ്ഞപ്പോഴാണ് നമ്പ്യാർ തുള്ളൽക്കലയുടെ രചനയിലേക്ക് ആകൃഷ്ടനാകുന്നത്?

ചെമ്പകശ്ശേരി രാജാവിന്റെ

97. 'കേരളോദയം' സംസ്കൃത മഹാകാവ്യത്തിന്റെ കർത്താവ്?

കെ എൻ എഴുത്തച്ഛൻ

98. മലയാളത്തിലെ ആദ്യത്തെ ലക്ഷണമൊത്ത മഹാകാവ്യമായ അഴകത്ത് പത്മനാഭക്കുറുപ്പിന്റെ രാമചന്ദ്രവിലാസത്തിന് അവതാരിക എഴുതിയത് ആര്?

എ ആർ രാജരാജവർമ്മ (1907)

99. 'ചീനകേതര ചരിതം നാടകം' രചിച്ചത് ആര്?

അഴകത്ത് പത്മനാഭക്കുറുപ്പ്

100. കൊച്ചുണ്ണിത്തമ്പുരാന്റെ 'മലയാംകൊല്ലം' എന്ന മഹാകാവ്യത്തിന്റെ ഇതിവൃത്തം?

മലയാളവർഷത്തെക്കുറിച്ച് പ്രതിപാദിക്കുന്നു

101. കവിതയ്ക്കുവേണ്ടി മാത്രമുള്ള മലയാളത്തിലെ ആദ്യത്തെ പ്രസിദ്ധീകരണമായ 'കവനകൗമുദി' മാസിക പ്രസിദ്ധപ്പെടുത്തിയത് ആര്?

പന്തളം കേരളവർമ്മ

102. 'മൂടില്ലാത്തൊരു മുണ്ടു കൊണ്ടു മുടിയും മൂടീട്ടു വൻകറ്റയും
ചൂണ്ടിക്കൊണ്ടരിവാൾ പുറത്തു തിരുകി പ്രാഞ്ചിക്കിതച്ചങ്ങിനെ
നാടൻ കച്ചയുടുത്തു മേനി മുഴുവൻ ചേറുപുരണ്ടിപ്പൊഴി
പ്പാടത്തീന്നു വരുന്ന നിൻ വരവുകണ്ടേറെ കൊതിക്കുന്നു ഞാൻ'
– പച്ചമലയാളത്തിലുള്ള ഈ പ്രസിദ്ധശ്ലോകം രചിച്ചത് ആര്?

പൂന്തോട്ടത്തു നമ്പൂതിരി

103. ദ്രുതകവന പാടവത്തിൽ പ്രതിഭാശാലിയായിരുന്ന ഏതു കവിയ്ക്കാണ് കൊച്ചിരാജാവ് 'കവി സാർവ്വഭൗമൻ' എന്ന ബഹുമതി സമ്മാനിച്ചത്?

കൊച്ചുണ്ണി തമ്പുരാന്

104. ചേരുംപടി ചേർക്കുക.

1) എ ആർ രാജരാജവർമ്മ – a) ദീപിക

2) എം എച്ച് ശാസ്ത്രികൾ – b) കൈരളി വ്യാഖ്യാനം

3) കുട്ടികൃഷ്ണമാരാർ – c) കാന്താര താരകം

4) പന്മന രാമചന്ദ്രൻ നായർ– d) രസിക കൗതുകം

1c, 2d, 3a, 4b

105. ബ്രഹ്മചര്യാങ്കം, പന്താട്ടങ്കം, പുത്തുടാങ്കം, ശേഫാലികാങ്കം, സ്വപ്നാംഗം, ചിത്രഫലകാങ്കം എന്നിവ ഏതു നാടകത്തിനുണ്ടായ ആട്ടപ്രകാരങ്ങളാണ്?

സ്വപ്നവാസവദത്തം

106. മലയാള സിനിമയുടെ കാല്പനിക പരിവർത്തനത്തിന് തുടക്കമിട്ട കൃതി എന്ന് സാഹിത്യ ചരിത്രം അടയാളപ്പെടുത്തിയത് ഏതിനെ?

ഒരു വിലാപം – വി സി ബാലകൃഷ്ണപ്പണിക്കർ

107. ആംഗലേയകവി ടെന്നിസന്റെ 'ഇൻ മെമ്മോറിയം' എന്ന വിഖ്യാത കാവ്യത്തിന്റെ മാതൃക സ്വീകരിച്ച് എ ആർ രാജരാജവർമ്മ രചിച്ച കൃതി?

പ്രിയവിലാപം

108. കുട്ടികൾക്കായി ബാലരാമായണം എന്ന കൃതി രചിച്ചത് ആര്?

എൻ കുമാരനാശാൻ

109. 'ഗീതയ്ക്കു മാതാവായ ഭൂമിയേ ദൃഢമിതു

മാതിരിയൊരു കർമ്മയോഗിയെ പ്രസവിക്കു

ഹിമവദ്വിന്ധ്യാചലമധ്യദേശത്തേകാണൂ

ശമമേ ശീലിച്ചെഴുമിത്തരം സിംഹത്താനെ' ആരെക്കുറിച്ചാണ് വള്ളത്തോൾ ഇങ്ങനെ പാടിയത്?

ഗാന്ധിജിയെക്കുറിച്ച്

110. പ്രേമസംഗീതം എന്ന ഉള്ളൂരിന്റെ കവിത ഏതു സമാഹാരത്തിലാണ് ഉൾപ്പെടുത്തിയിരിക്കുന്നത്?

മണിമഞ്ജുഷ

111. 'സ്വാതന്ത്ര്യഗീതം' എന്ന കവിത രചിച്ചത്?

ജി ശങ്കരക്കുറുപ്പ്

112. കെടാമംഗലം പപ്പുക്കുട്ടിയെ കേരളത്തിന്റെ മയക്കോവ്സ്കിയായും മഹാകവിയായും വാഴ്ത്തിയത് ആര്?

കേസരി എ ബാലകൃഷ്ണപിള്ള

113. 'കുഴിവെട്ടി മൂടുക വേദനകൾ
കുതികൊൾക ശക്തിയിലേക്കു നമ്മൾ.....' ആരുടെ വരികൾ?
ഇടശ്ശേരി ഗോവിന്ദൻ നായർ

114. ചിത്രാംഗദ എന്ന ആട്ടക്കഥ രചിച്ചത്?
എൻ വി കൃഷ്ണവാരിയർ

115. 'ഞങ്ങളുഷസ്സിൻവിത്തുകൾ പുതിയ കരുത്തുകൾ
പുതിയ യുഗത്തുടി കൊട്ടിയുണർത്തും പാണന്മാർ' ആരുടെ വരികൾ?
പുനലൂർ ബാലൻ

116. അംബ എന്ന ആട്ടക്കഥ രചിച്ചത്?
ഒളപ്പമണ്ണ സുബ്രഹ്മണ്യൻ നമ്പൂതിരി

117. 'ഉജ്ജയിനിയിലെ രാപ്പകലുകൾ' എന്ന കവിതാസമാഹാരത്തിന്റെ കർത്താവ്?
വിഷ്ണു നാരായണൻ നമ്പൂതിരി

118. 'ജീവചരിത്രക്കുറിപ്പുകൾ' എന്ന കവിതാസമാഹാരത്തിന്റെ കർത്താവ്?
മാധവൻ അയ്യപ്പത്ത്

119. 'തത്ത്വശാസ്ത്രങ്ങൾ തേടുന്ന ബുദ്ധികൾ
ചുറ്റുപാടും തളർന്നു കിടക്കവേ
ആരു വേവിച്ചു നല്കുമീ പുത്തൻ
വേദവാക്യം? കടുകുവറക്കണോ?' – ആരുടെ, ഏതു കൃതിയിലെ വരികൾ?
അയ്യപ്പപ്പണിക്കർ – കുരുക്ഷേത്രം

120. കേരളകവിത എന്ന ഗ്രന്ഥവരി പ്രസിദ്ധപ്പെടുത്തിയത് ആര്?
അയ്യപ്പപ്പണിക്കർ

121. 'ആസന്നമരണ ചിന്തകൾ' എന്ന കവിതാ സമാഹാരത്തിന്റെ കർത്താവ്?
സച്ചിദാനന്ദൻ

122. 'വൻകടലിലെ തുഴവള്ളക്കാർ' എം ടി യുടെ ഈ കൃതി ഏതു സാഹിത്യ വിഭാഗത്തിൽപ്പെടുന്നു?
യാത്രാവിവരണം

123. ഡബ്ലിയു എച്ച് മൂറിന്റെ 'ട്രാവൻകൂർ ഹെറാൾഡ്' എന്ന ഇംഗ്ലീഷ് പത്രത്തിന്റെ അനുബന്ധമായി സി എം എസ് പ്രസിൽ നിന്നും പ്രസിദ്ധീകരിച്ചിരുന്ന പത്രം?
സന്ദിഷ്ടവാദി (1867)

124. കവി സമാജ (ഭാഷാപോഷിണി സഭ–1891 ആഗസ്ത് 29) ത്തിന്റെ സ്ഥിരാദ്ധ്യക്ഷൻ ആരായിരുന്നു?

കേരളവർമ്മ വലിയകോയി തമ്പുരാൻ

125. മഹാകവി ഉള്ളൂർ എസ് പരമേശ്വരയ്യർ കണ്ടെടുത്ത് 'കളഞ്ഞുപോയ നിധി' എന്ന ശീർഷകത്തിൽ ഭാഷാപോഷിണിയിൽ (1914) പ്രസിദ്ധീകരിച്ച പ്രശസ്ത കൃതി?

രാമചരിതം ആദ്യപടലം

126. 'അന്യഥാ ചിന്തിതം കാര്യം ദൈവമന്യത്ര ചിന്തയേൽ' –ഭാഷാപോഷിണിയിൽ ആദ്യം പ്രസിദ്ധീകരിച്ച ഈ ചെറുകഥയുടെ കർത്താവ്?

മൂർക്കോത്ത് കുമാരൻ

127. 'ആസന്നമരണ ചിന്ത' (1895) എന്ന കൃതിയുടെ കർത്താവ് ആര്?

കൊട്ടാരത്തിൽ ശങ്കുണ്ണി

128. ചേർച്ചയുള്ള ഗണങ്ങൾ

1) ലോകാപവാദം -> a) സി അന്തപ്പായി
2) മാലതീമാധവം -> b) സി എസ് സുബ്രഹ്മണ്യൻ പോറ്റി
3) ശുദ്ധമേകമ്പം -> c) മൂർക്കോത്ത് കുമാരൻ
4) ചമ്പകമാല -> d) കെ അപ്പുനമ്പ്യാർ
e) കുഞ്ഞിക്കുട്ടൻ തമ്പുരാൻ

1c, 2a, 3d, 4b

129. ബാലകവിതകൾ ഏറ്റവും കൂടുതൽ അടങ്ങിയ ഉള്ളൂരിന്റെ കൃതിയേത്?

ദീപാവലി

130. കൊട്ടാരക്കരത്തമ്പുരാൻ രാമനാട്ടത്തിനുവേണ്ടി നിർമ്മിച്ചിരുന്ന ആട്ടക്കഥകൾ ഏതു ഭാഷയിലാണ് രചിച്ചത്?

മണിപ്രവാളവും (കഥ) മലയാളവും (പാട്ടുകൾ)

131. 'ശ്രീകൃഷ്ണ കർണ്ണാമൃതം' എന്ന സംസ്കൃത കൃതി രചിച്ചതാര്?

വില്വമംഗലം

132. മലയാളത്തിലെ ഹോമർ എന്നറിയപ്പെടുന്ന കവി?

അയ്യിപ്പിള്ള ആശാൻ

133. കാച്ചിക്കുറുക്കിയ വാല്മീകിരാമായണമെന്ന് കണ്ണശ്ശരാമായണത്തെ വിശേഷിപ്പിച്ചതാര്?

ഡോ. പുതുശ്ശേരി രാമചന്ദ്രൻ

134. മലയാളത്തിലെ ആദ്യത്തെ മഹാഭാരതസംഗ്രഹം?

ഭാരതമാല (ശങ്കരപ്പണിക്കർ)

135. ഗാഥ എന്ന പദം മലയാളത്തിൽ ആദ്യമായി ഉപയോഗിച്ചിരിക്കുന്നത് ഏത് കാവ്യത്തിൽ?

ഉണ്ണിച്ചിരുതേവീ ചരിതം

136. 'The Gramatical Structure of Dravidian Languages' (ദ്രാവിഡ ഭാഷകളുടെ വ്യാകരണഘടന) എന്ന ഗ്രന്ഥം രചിച്ചത് ആര്?

ഷ്യൂൾ ബ്ലോഖ്

137. കണ്ടിയൂർ ദേവദാസി കുടുംബത്തെക്കുറിച്ചുള്ള പരാമർശം ഉള്ള കൃതികൾ?

ഉണ്ണുനീലി സന്ദേശം, ശിവവിലാസം, ഉണ്ണിയാടി ചരിതം

138. ലക്ഷ്മീദാസന്റെ ശുകസന്ദേശത്തിന് വ്യാഖ്യാനമായ കൃതികൾ?

വരവർണ്ണിനി, ചിന്താതിലകം, വിലാസിനി

139. ഉണ്ണിനീലി സന്ദേശം ആദ്യമായി പ്രസിദ്ധപ്പെടുത്തിയ മാസിക ഏത്?

രസികരഞ്ജിനി

140. ഇടപ്പള്ളിയെ വർണ്ണിച്ചുകൊണ്ട് അവസാനിക്കുന്ന കൃതി?

കോക സന്ദേശം

141. കാളിദാസൻ നായകനാകുന്ന സന്ദേശകാവ്യം?

മൂരിയിൽ നാരായണൻ നമ്പീശന്റെ ഹംസ സന്ദേശം

142. 'ഭാഷാ ചമ്പുക്കൾ' – എന്ന കൃതിയുടെ കർത്താവ്?

ഉള്ളൂർ എസ് പരമേശ്വരയ്യർ

143. 'ഉത്തരരാമചരിതം ചമ്പു' വിന്റെ കർത്താവ്?

മഹിഷമംഗലം നാരായണൻ നമ്പൂതിരി

144. 'കേരളത്തിലെ കാളീസേവ' എന്ന കൃതി രചിച്ചത് ആര്?

ചേലനാട്ട് അച്യുതമേനോൻ

145. മലയാളലിപി ആദ്യമായി പ്രത്യക്ഷപ്പെടുന്ന ശാസനം?

വാഴപ്പള്ളി ശാസനം

146. ഉപോൽഘാതപാദം, പ്രക്രിയാപാദം, അനുഷംഗപാദം, ഉപസംഹാരപാദം – ഇങ്ങനെ നാലു പാദങ്ങളായി തിരിക്കുന്ന കൃതി?

ബ്രഹ്മാണ്ഡപുരാണം

147. "രാജശിക്ഷ അനുഭവിച്ചിട്ടുള്ളവരിൽ എന്നെപ്പോലെ ഭാഗ്യഹീനന്മാരായി മറ്റാരും ഉണ്ടായിട്ടില്ല" എന്ന കഥാകാരന്റെ ആത്മകഥാപരമായ പ്രസ്ഥാവവുമായി തുടങ്ങുന്ന കഥ?

വാസനാ വികൃതി

148. കാലക്രമമനുസരിച്ച് എഴുതുക?
ഘാതകവധം (1877), പുല്ലേലികുഞ്ചു (1882), കുന്ദലത (1887), ഇന്ദുലേഖ (1889)

149. പൂന്താനത്തിന്റെ മണിപ്രവാളകാവ്യം?
ഭാഷാകർണ്ണാമൃതം

150. ശരിയായ ക്രമത്തിൽ എഴുതുക?

1) രാമാനുജൻ എഴുത്തച്ഛൻ	– a) പി കെ ബാലകൃഷ്ണൻ
2) എഴുത്തച്ഛൻ മുമ്പും പിമ്പും	– b) കെ പി നാരായണ പിഷാരടി
3) എഴുത്തച്ഛന്റെ കല	– c) ആർ ഈശ്വരപിള്ള
4) തുഞ്ചത്താചാര്യൻ	– d) ജി ബാലകൃഷ്ണൻനായർ
	e) സി കെ ചന്ദ്രശേഖരൻ നായർ

1c, 2e, 3a, 4b

151. എഴുത്തച്ഛന്റെ ഹരിനാമകീർത്തനത്തിന് ജി ബാലകൃഷ്ണൻ നായർ രചിച്ച വ്യാഖ്യാനം?
ശിവാരവിന്ദം

152. ഹോർത്തൂസ് മലബാറിക്കസിന്റെ രചനയിൽ വാൻറീഡിനെ സഹായിച്ച ഭിഷഗ്വരൻ?
വിനായക പണ്ഡിതൻ

153. പിയാനിസ് പാതിരി രചിച്ച ഗ്രമാറ്റിക്ക മലബാറികൊലുസ്തിയാന എന്ന ഗ്രന്ഥത്തിന്റെ ഇതിവൃത്തം?
മലയാളം ലിപി

154. മലയാള പദങ്ങൾക്ക് മലയാളത്തിൽ തന്നെ അർത്ഥം വിവരിക്കുന്ന ആദ്യ നിഘണ്ടു രചിച്ചത് ആര്?
റിച്ചാർഡ് കോളിൻസ്

155. അക്ഷരകാണ്ഡം, പദകാണ്ഡം, വാചകകാണ്ഡം എന്നിങ്ങനെ മൂന്നു ഭാഗങ്ങളായി തിരിച്ചിരിക്കുന്ന വ്യാകരണ ഗ്രന്ഥം ഏത്?
മലയാള ഭാഷാ വ്യാകരണം (ഹെർമ്മൻ ഗുണ്ടർട്ട്)

156. ടി ലക്ഷ്മണരായരുടെ ‘സന്മാർഗ്ഗോപദേശം’ എന്ന കൃതിക്ക് നാനാർത്ഥം എന്ന ശീർഷകത്തിൽ ഗ്രന്ഥ നിരൂപണം എഴുതിയത് ആര്?
ജോർജ്ജ് മാത്തൻ

157. ഇടപ്പള്ളി രാഘവൻ പിള്ളയെ സ്മരിക്കുന്ന ബാലചന്ദ്രൻ ചുള്ളിക്കാടിന്റെ കവിത?
നിത്യരാത്രി

158. പുരുഷന്മാർ മാത്രം അവതരിപ്പിക്കാറുള്ള ഒരു കേരളീയ കലാരൂപം?

സോപാനസംഗീതം

159. ശരിയായ ക്രമത്തിൽ എഴുതുക.

1) കൃഷിക്കാരൻ – a) സി വി ശ്രീരാമൻ

2) പൊന്തൻമാട – b) കോവിലൻ

3) പരിവ്യഥ – c) പി വത്സല

4) വാഴവെട്ട് – d) പൊൻകുന്നം വർക്കി

- e) തകഴി

1e, 2a, 3b, 4d

160. കേരളത്തെപ്പറ്റി വ്യക്തമായി പരാമർശിക്കുന്ന ആദ്യത്തെ സംസ്കൃത കൃതി?

ഐതരേയാരണ്യകം

161. കണ്ണശ്ശരാമായണത്തെ മലയാളത്തിലെ ആദ്യത്തെ സമ്പൂർണ്ണ രാമായണമെന്ന് വിശേഷിപ്പിച്ചത്?

എൻ കൃഷ്ണപിള്ള

162. ആവേ മരിയ എന്ന കൃതിയുടെ കർത്താവ്?

കെ ആർ മീര

163. ശുചീന്ദ്രം കൈമുക്കിനെക്കുറിച്ച് പരാമർശമുള്ള സന്ദേശകാവ്യം?

ശുകസന്ദേശം

164. സെക്സ് ടൂറിസം പ്രമേയമാകുന്ന നോവൽ?

ഫ്രാൻസിസ് ഇട്ടിക്കോര

165. ടി ലക്ഷ്മണരായരുടെ സന്മാർഗ്ഗോപദേശം എന്ന ഗ്രന്ഥത്തിന് നാനാർത്ഥം എന്ന ശീർഷകത്തിൽ ഗ്രന്ഥനിരൂപണം എഴുതിയതാര്?

ജോർജ്ജ് മാത്തൻ

166. 'നല്ല ഭാഷ' (1890) എന്ന കൃതി രചിച്ചത്?

കുഞ്ഞിക്കുട്ടൻ തമ്പുരാൻ

167. ശരിയായ ക്രമത്തിൽ എഴുതുക.

1) കുവലയാനന്ദം – a) വിദ്യാനാഥൻ

2) ഏകാവലി – b) അപ്പയ്യദീക്ഷിതർ

3) കാവ്യാനുശാസനം – c) വിദ്യാധരൻ

4) ചന്ദ്രാലോകം – d) വാഗ്ഭടൻ

– e) ജയദേവൻ

1b, 2c, 3d,4e

168. 'ഉപ്പന്റെ കൂവൽ വരയ്ക്കുന്നു' എന്ന കവിതാസമാഹാരത്തിന്റെ കർത്താവ്?

എസ് ജോസഫ്

169. ശ്രീ. ശങ്കരാചാര്യരെക്കുറിച്ച് 'മലയാളത്തിന്റെ തല' എന്ന പേരിൽ കവിത എഴുതിയതാര്?

വള്ളത്തോൾ നാരായണമേനോൻ

170. 'പാണ്ഡ്യഭാഷാസാരൂപ്യം ബാഹുല്യേന കേരളഭാഷയിലുള്ള പാട്ടിൽ' എന്ന് പാട്ടിലെ ഭാഷയെക്കുറിച്ച് അഭിപ്രായപ്പെട്ടത് ആര്?

ലീലാതിലകകാരൻ

171. 'പുഴ കടന്ന് മരങ്ങളുടെ ഇടയിലേക്ക്' എന്ന കൃതി ഏതു വിഭാഗത്തിൽപ്പെടുന്നു?

കഥ

172. ശരിയായ ക്രമത്തിലെഴുതുക.

1) യുദ്ധത്തിന്റെ ചിഹ്നം – a) സച്ചിദാനന്ദൻ
2) മണലെഴുത്ത് – b) കെ ആർ ടോണി
3) ദൈവപ്പാതി – c) സുഗതകുമാരി
4) ബഹുരൂപി – d) എ അയ്യപ്പൻ

1d, 2c, 3b, 4a

173. ഗോത്രപ്പെരുമയുടെ ഇരുൾക്കാടുകളിൽ ജീവിതത്തിന്റെ പച്ചപ്പുകളിലേക്ക് തെളിഞ്ഞൊഴുകുന്ന നോവലാണ് 'തുടി'. ഇതിന്റെ കർത്താവ്?

എ കെ കർണ്ണൻ

174. 'ഒരു നാടകം എങ്ങനെയുണ്ടാകുന്നു' എന്ന കൃതിയുടെ കർത്താവ്?

ഡോ. വയലാ വാസുദേവൻപിള്ള

175. ശരിയായ ക്രമത്തിലെഴുതുക.

1) തോറ്റിട്ടില്ല – a) എസ് കെ പൊറ്റെക്കാട്ട്
2) കഥാബീജം – b) തകഴി
3) അച്ഛൻ – c) എം ടി
4) ഗോപുര നടയിൽ – d) ബഷീർ

1b, 2d, 3a, 4c

176. 'ഇരേഴ്' എന്ന പദത്തിൽ ഉൾച്ചേർന്നിരിക്കുന്ന ഭേദകം ഏതു വിഭാഗത്തിൽപ്പെടുന്നു?

സാംഖ്യം

177. കോവിലൻ എന്ന തൂലികനാമത്തിൽ അറിയപ്പെടുന്നതാര്?

പി വി അയ്യപ്പൻ

178. 'പറയണം' എന്ന പദം ഏതു പ്രകാരത്തിൽ വരുന്നു?
വിധായക പ്രകാരം

179. പ്രാചീന ഭാരതത്തിൽ നിലനിന്നിരുന്ന രണ്ടുതരം ലിപികൾ?
ബ്രാഹ്മി, ഖരോഷ്ഠി

180. വഞ്ചിപ്പാട്ട് വൃത്തമായി അറിയപ്പെടുന്നത്?
നതോന്നത

181. പാന വൃത്തമായി അറിയപ്പെടുന്നത്?
ദ്രുതകാകളി

182. 'ഹൈദർ നായ്ക്കൻ' എന്ന നവീന ചമ്പുവിന്റെ കർത്താവ്?
സർദാർ കെ എം പണിക്കർ

183. 'ഹനുമാൻ സേവ' എന്ന നോവൽ രചിച്ചതാര്?
എം പി നാരായണപ്പിള്ളയും പുനത്തിൽ കുഞ്ഞബ്ദുള്ളയും ചേർന്ന്

184. എൻ എൻ പിള്ള രചിച്ച നാടകവിചാര ഗ്രന്ഥം?
കർട്ടൻ

185. 'വിചിത്രവിജയം' എന്ന നാടകത്തിന്റെ കർത്താവ്?
എൻ കുമാരനാശാൻ

186. ഈ ലോകം അതിൽ ഒരു മനുഷ്യൻ ആരുടെ നോവലാണ്?
എം മുകുന്ദൻ

187. കുടിയേറ്റം പ്രമേയമാകുന്ന മലയാളത്തിലെ ആദ്യ നോവൽ?
വിഷകന്യക

188. ഉള്ളൂർ എസ് പരമേശ്വരയ്യർ രചിച്ച നാടകം?
അംബ

189. സർ. ചാത്തു, പയ്യൻ ഈ കഥാപാത്രങ്ങളുടെ സ്രഷ്ടാവ്?
വി കെ എൻ

190. കിളിപ്പാട്ടു വൃത്തങ്ങളായി അറിയപ്പെടുന്നത്?
കേക, കാകളി, അന്നനട, കളകാഞ്ചി, മണികാഞ്ചി

191. 'അപ്പുവിന്റെ ലോകം' എന്ന ബാലസാഹിത്യ കൃതിയുടെ കർത്താവ്?
ഉറൂബ്

192. അപ്പൻ തമ്പുരാന്റെ നേതൃത്വത്തിൽ 1913 ൽ തൃശൂരിൽ രൂപം കൊണ്ട സാഹിത്യസമാജം?
കൊച്ചി സാഹിത്യ സമാജം

193. 'തിരുനിഴൽമാല' രചിക്കപ്പെട്ടത് ഏത് നൂറ്റാണ്ടിലാണ്?
പതിമൂന്നാം നൂറ്റാണ്ടിൽ

194. മലയാളം ഒരു സംസാരഭാഷ മാത്രമായിരുന്ന കാലത്ത് കേരളത്തിലെ സാഹിത്യഭാഷ എന്തായിരുന്നു?
ചെന്തമിഴ്

195. 'ക്രിസ്തു ദേവചരിതം' എന്ന കൃതിയുടെ കർത്താവ്?
ഇടയാറൻമുള കെ എം വർഗ്ഗീസ്

196. 'ചോരശാസ്ത്രം' എന്ന നോവലിന്റെ കർത്താവ്?
വി ജെ ജയിംസ്

197. താരാവലി ചന്ദ്രസേനം എന്നുകൂടി പേരുള്ള പ്രശസ്തമായ കൃതി?
ചിത്രയോഗം

198. 'റാണി' എന്ന ഖണ്ഡകാവ്യത്തിന്റെ കർത്താവ്?
തിരുനല്ലൂർ കരുണാകരൻ

199. 'ബാഷ്പാഞ്ചലി' എന്ന പേരിൽ മലയാളത്തിൽ കാവ്യകൃതികൾ രചിച്ചതാരൊക്കെ?
എ കെ രാജ, ചങ്ങമ്പുഴ കൃഷ്ണപിള്ള

200. 'നീലക്കണ്ണുകൾ' എന്ന ഖണ്ഡകാവ്യത്തിന്റെ കർത്താവ്?
ഒ എൻ വി കുറുപ്പ്

201. 'ശ്യാമമാധവം' എന്ന കൃതിയുടെ കർത്താവ്?
പ്രഭാവർമ്മ

202. ഋഗ്വേദം മലയാളത്തിലേക്ക് പരിഭാഷപ്പെടുത്തിയതാര്?
വള്ളത്തോൾ നാരായണമേനോൻ

203. ഇടപ്പള്ളിയുടെ മരണത്തെ തുടർന്ന് സഞ്ജയൻ എഴുതിയ ലേഖനം?
സാഹിത്യത്തിലെ വിഷവൃക്ഷം

204. മനുസ്മൃതി, ഗീതാഗോവിന്ദം, അഭിജ്ഞാന ശാകുന്തളം എന്നിവ ഇംഗ്ലീഷിലേക്ക് വിവർത്തനം ചെയ്തതാര്?
വില്യം ജോൺസ്

205. പി ഗോവിന്ദപ്പിള്ളയുടെ മലയാള ഭാഷാചരിത്രത്തിന്റെ (1881) ഏതാനും ഭാഗങ്ങൾ ആദ്യം പ്രസിദ്ധീകരിച്ചത് ഏത് മാസികയിലാണ്?
വിദ്യാവിലാസിനി

206. 'സബർമതി ദൂരെയാണ്' എന്ന നാടകം രചിച്ചതാര്?
ജി ശങ്കരപ്പിള്ള

207. നവയുഗ ഭാഷാനിഘണ്ടുവിന്റെ കർത്താവ്?
ആർ നാരായണപ്പണിക്കർ

208. ശ്രീകണ്ഠേശ്വരം പത്നാഭപിള്ളയുടെ 'ശബ്ദതാരാവലി' പുറത്തിറങ്ങിയ വർഷം?

1917

209. പുത്തൻ പാനയുടെ കർത്താവ്?

അർണ്ണോസ് പാതിരി

210. 'വേദവിഹാരം' എന്ന മഹാകാവ്യം രചിച്ചതാര്?

കെ വി സൈമൺ

211. വേദവിഹാരം എന്ന കൃതിക്ക് അവതാരിക എഴുതിയതാര്?

ഉള്ളൂർ എസ് പരമേശ്വരയ്യർ

212. മലയാള കവിതാരചനയെ സംബന്ധിച്ച ആരുടെ പരാമർശമാണ് പച്ച മലയാള പ്രസ്ഥാനത്തിന് കാരണമായത്?

സി പി അച്യുതമേനോന്റെ

213. തകർന്നുകൊണ്ടിരിക്കുന്ന ഫ്യൂഡൽ സമൂഹത്തിന്റെ ചിത്രം വരച്ചു കാട്ടുന്ന ചന്തുമേനോന്റെ നോവൽ?

ശാരദ (1892)

214. ഷേക്സ്പിയറുടെ സിംബലിൻ നാടകത്തെ ഉപജീവിച്ചുണ്ടാക്കിയ മലയാളത്തിലെ നോവൽ?

കുന്ദലത

215. 'കഥാസൗധം' എന്ന ആദ്യകാല ചെറുകഥാസമാഹാരത്തിന്റെ കർത്താവ്?

അമ്പാടി നാരായണ പൊതുവാൾ

216. 'തറവാടിത്തം' എന്ന നാടകം രചിച്ചത്?

ചെറുകാട്

217. നാച്വറലിസത്തിന്റെ മുഖ്യ വക്താവ്?

എമിലി സോള

218. 'ഭാഷാഭൂഷണം' (എ ആർ) പ്രസിദ്ധീകരിച്ച വർഷം?

1902

219. 'അപാരേ കാവ്യസംസാരേ കവിരേവ പ്രജാപതി;' എന്ന് പ്രസ്താവിച്ച പൗരസ്ത്യാലങ്കാരികൻ?

ആനന്ദവർദ്ധൻ (ധ്വന്യാലോകം)

220. 'കണ്ണീരും മഴവില്ലും' എന്ന കൃതിയുടെ കർത്താവ്?

എം ലീലാവതി

221. ഭാഷാപോഷിണിയുടെ ആദ്യ അദ്ധ്യക്ഷൻ ആര്?

കേരളവർമ്മ വലിയ കോയിത്തമ്പുരാൻ

222. ദേവദാസികളെക്കുറിച്ച് ഏറ്റവും പഴയ പരാമർശം കാണുന്ന രേഖയേത്?

ഗോദരവിയുടെ ചോക്കൂർ ശാസനം

223. മലയാള പത്രപ്രവർത്തനത്തിന് തുടക്കം കുറിച്ചതാര്?

ഹെർമ്മൻ ഗുണ്ടർട്ട്

224. കയ്യൂർ സംഭവത്തെ ഇതിവൃത്തമാക്കി എഴുതിയ പ്രസിദ്ധമായ നോവലേത്?

ചിരസ്മരണ (നിരഞ്ജന)

225. 'അച്ഛൻ' (1945) എന്ന നാടകത്തിന്റെ കർത്താവ്?

എസ് കെ പൊറ്റെക്കാട്ട്

226. സാഹിത്യ ദാസൻ എന്ന പേരിൽ സാഹിത്യ രചന നടത്തിയതാര്?

സഞ്ജയൻ (മാണിക്കോത്ത് രാമുണ്ണിനായർ)

227. ആദ്യത്തെ വള്ളത്തോൾ സാഹിത്യ പുരസ്കാരം ലഭിച്ചതാർക്ക്?

പാലാ നാരായണൻ നായർക്ക്

228. 'പള്ളി' എന്ന പദം ഏത് ഭാഷയിൽനിന്ന് കടംകൊണ്ടതാണ്?

പാലി

229. റുബായിയത്ത് 'മദിരോത്സവം'എന്ന പേരിൽ പരിഭാഷപ്പെടുത്തിയതാര്?

ചങ്ങമ്പുഴ കൃഷ്ണപിള്ള

230. ഉള്ളൂർ എസ് പരമേശ്വരയ്യർ ഇടപ്പള്ളികവികൾ എന്ന് വിശേഷിപ്പിച്ചതാരെയൊക്കെ?

ഇടപ്പള്ളി രാഘവൻപിള്ള, ചങ്ങമ്പുഴ കൃഷ്ണപിള്ള

231. 'ഡ്രാക്കുള' (1998) എന്ന കവിതാസമാഹാരത്തിന്റെ കർത്താവ്?

ബാലചന്ദ്രൻ ചുള്ളിക്കാട്

232. എൻ കുമാരനാശാന്റെ മരണശേഷം പ്രസിദ്ധീകരിച്ച കൃതി?

മണിമാല

233. സരസ ഗായക കവി കിരീടമണി എന്ന് കേരളവർമ്മ വലിയ കോയിത്തമ്പുരാൻ വിശേഷിപ്പിച്ചതാരെ?

കെ സി കേശവപ്പിള്ളയെ

234. കവിത്രയങ്ങൾ മലയാള കവിതയെ കാല്പനികതയുടെ പൂമുറ്റത്ത് എത്തിച്ചുവെന്ന് അഭിപ്രായപ്പെട്ടതാര്?

എൻ കൃഷ്ണപിള്ള

235. 'വീണപൂവ്' ആദ്യം പ്രസിദ്ധീകരിച്ചത്?

മിതവാദി പത്രത്തിൽ (മൂർക്കോത്ത് കുമാരൻ)

236. വിഷൂചിക ബാധിച്ച് മരിച്ച പ്രിയതമയെ ഓർമ്മിച്ച് എഴുതിയ 'ഒരു വിലാപം' (1908) എന്ന കാവ്യം രചിച്ചതാര്?
വി സി ബാലകൃഷ്ണപ്പണിക്കർ

237. മലയാളത്തിലെ ആദ്യ വിലാപകാവ്യമായ 'ഒരു വിലാപം' (1902) എഴുതിയത് ആര്?
സി എസ് സുബ്രഹ്മണ്യൻ പോറ്റി

238. 1916 ൽ പുറത്തിറങ്ങിയ കേരള പാണിനീയത്തിന്റെ രണ്ടാം പതിപ്പിൽ അവതാരിക തയ്യാറാക്കിയതാര്?
പി കെ നാരായണപിള്ള

239. 'കൊച്ചച്ഛൻ' എന്ന വാത്സല്യപ്പേരിൽ അറിയപ്പെട്ടിരുന്നതാര്?
എ ആർ രാജരാജവർമ്മ

240. 'സമത്വവാദി' എന്ന നാടകം രചിച്ചതാര്?
പുളിമാന പരമേശ്വരൻനായർ

241. 'ഓർമ്മയുടെ ഓളങ്ങളിൽ' എന്ന ആത്മകഥയുടെ കർത്താവ്?
ജി ശങ്കരക്കുറുപ്പ്

242. 1920 നും 1947 നും ഇടയിൽ തിരുവിതാംകൂറിലെ സാമൂഹ്യ ചരിത്രം യഥാതഥമായി അവതരിപ്പിക്കുന്ന തകഴിയുടെ നോവൽ?
ഏണിപ്പടികൾ

243. 'ശബ്ദങ്ങൾ മലയാളത്തിലെ ആദ്യത്തെ എക്സിസ്റ്റൻഷ്യലിസ്റ്റ് കൃതിയാണെന്ന് അഭിപ്രായപ്പെട്ടതാര്?
ഡോ. കെ എം തരകൻ

244. 'ഉപ്പൂപ്പാന്റെ കുയ്യാനകൾ' എന്ന നിരൂപണ ഗ്രന്ഥം രചിച്ചതാര്?
എം ബി രഘുനാഥൻ

245. ഭഗവദ്ഗീത ഇംഗ്ലീഷിലേക്ക് വിവർത്തനം ചെയ്തതാര്?
ചാൾസ് വിൽക്കിൻസ്

246. ഭാഗവതം ഗാഥയുടെ കർത്താവ്?
കൊടുങ്ങല്ലൂർ കൊച്ചുണ്ണി തമ്പുരാൻ

247. മലയാളത്തിലെ ആദ്യത്തെ ഭാവഗായക കവി പൂന്താനവും ആദ്യത്തെ കാവ്യം ജ്ഞാനപ്പാനയുമാണെന്ന് അഭിപ്രായപ്പെട്ടതാര്?
കെ വി കൃഷ്ണയ്യർ

248. ചന്ദ്രോത്സവം ആദ്യമായി പ്രസിദ്ധീകൃതമായത്?
കവനോദയം മാസികയിൽ

249. 'ജാവയിലെ മണിപ്രവാളം' എന്ന ലേഖനമെഴുതിയതാര്?
സർദാർ കെ എം പണിക്കർ

250. കേരളഭാഷയുടെ ആദ്യത്തെ വ്യാകരണാലങ്കാര ലക്ഷണ ഗ്രന്ഥം ഏത്?

ലീലാതിലകം

251. കേരളീയ ദൃശ്യകലയായ കഥകളിക്ക് അവലംബമായുള്ള സാഹിത്യ രൂപം?

ആട്ടക്കഥ

252. നളചരിതത്തിലെ ഭാഷ സംസ്കൃതമാകുന്ന ചെമ്പും മലയാളമാകുന്ന വെളുത്തീയവും ചേർന്നൊരുക്കിയ ഒരു വെങ്കല ഭാഷയാണെന്ന് പ്രസ്താവിച്ചതാര്?

എ ആർ രാജരാജവർമ്മ (കാന്താരതാരകം)

253. 'ചില്ലു തൊലിയുള്ള തവള' എന്ന കവിതാ സമാഹാരത്തിന്റെ കർത്താവ്?

സെബാസ്റ്റ്യൻ

254. വെറുമൊരു ലഘുകാവ്യം കൊണ്ട് അലഘുവായ പ്രശസ്തി സമ്പാദിച്ച മഹാകവിയാണ് രാമപുരത്തുവാര്യർ എന്ന് അഭിപ്രായപ്പെട്ടതാര്?

എസ് ഗുപ്തൻനായർ

255. അറബി മലയാളത്തിൽ എഴുതപ്പെട്ട ഏറ്റവും ശ്രദ്ധേയമായ കാവ്യം?

മൊഹിയുദ്ദീൻമാല (ഖാസി മുഹമ്മദ്)

256. ആദ്യത്തെ ചവിട്ടുനാടകം ഏത്?

കാറൽമാൻ ചരിതം

257. തെക്കൻ പാട്ടുകളുടെ മറ്റൊരു പേര്?

വില്ലടിച്ചാൻപാട്ടുകൾ

258. 'സംഗീത ചന്ദ്രിക' എന്ന ഗ്രന്ഥത്തിന്റെ കർത്താവ്?

ആറ്റൂർ കൃഷ്ണപ്പിഷാരടി

259. 'നമുക്കെഴുത്തച്ഛനെടുത്ത ഭാഷാ –
ക്രമക്കണക്കെ ശരണം' എന്നു രേഖപ്പെടുത്തിയ കവി ആര്?

കുഞ്ഞിക്കുട്ടൻ തമ്പുരാൻ

260. കുചേലവൃത്തമെന്ന ഓട്ടൻതുള്ളലിന്റെ കർത്താവ്?

ഒറവങ്കര

261. 'മാലതി'എന്ന നോവലിന്റെ കർത്താവ്?

ഒടുവിൽ കുഞ്ഞികൃഷ്ണ മേനോൻ

262. 'മദിരാശി കടൽക്കര' എന്ന പച്ച മലയാളകൃതിയുടെ കർത്താവ്?

ഒടുവിൽ കുഞ്ഞികൃഷ്ണ മേനോൻ

263. ഋഗ്വേദം ഇംഗ്ലീഷിലേക്ക് പരിഭാഷപ്പെടുത്തിയതാര്?
മാക്സ് മുള്ളർ

264. 'അബീശഗിൻ' എന്ന നോവലിന്റെ കർത്താവ്?
ബെന്യാമിൻ

265. 'ദിനോസറിന്റെ കുട്ടി' എന്ന കൃതിയുടെ കർത്താവ്?
ഇ ഹരികുമാർ

266. 'നാട്ടിൽ പാർക്കാത്ത ഇന്ത്യാക്കാരൻ' ഈ കവിതയുടെ കർത്താവ്?
ആറ്റൂർ രവിവർമ്മ

267. 'കാവ്യലോക സ്മരണകൾ' എന്ന ആത്മകഥയുടെ കർത്താവ്?
വൈലോപ്പിള്ളി ശ്രീധരമേനോൻ

268. 'ദിനോസറുകളുടെ കാലം' എന്ന കഥാസമാഹാരത്തിന്റെ കർത്താവ്?
എം മുകുന്ദൻ

269. 'നാനാ വേഷാചാരവിചാര -
മനുഷ്യസമോഷ്മള സഹകരണത്തിൽ
ഗാനം പോൽ ശുഭ സുന്ദരമൈഹിക-
ജീവിതമെങ്ങും കതിരണിയാവൂ' - എൻ വി കൃഷ്ണവാരിയരുടെ ഈ വരികൾ ഏതു കവിതയിലുൾപ്പെട്ടതാണ്?
ആഫ്രിക്ക

270. 'ഒരു കണ്ണീർക്കണം മറ്റു -
ളളവർക്കായ് ഞാൻ പൊഴിക്കവേ
ഉദിക്കയാണെന്നാത്മാവിൽ
ആയിരം സൗരമണ്ഡലം' - അക്കിത്തത്തിന്റെ ഈ വരികൾ ഏതു കൃതിയിൽ നിന്ന് എടുത്തതാണ്?
ഇരുപതാം നൂറ്റാണ്ടിന്റെ ഇതിഹാസം

271. ആശ്ചര്യ ചൂഡാമണിയുടെ കർത്താവ്?
ശക്തിഭദ്രൻ

272. നജീബിനും ഹക്കീമിനും മരുഭൂമിയിൽ ദാഹിച്ചു മരിച്ച എല്ലാ ആത്മാക്കൾക്കും സമർപ്പിച്ച കൃതി?
ആടു ജീവിതം

273. ആദിപ്രരൂപ വിമർശനത്തിന് തുടക്കമിട്ടതാര്?
ഡോ. എം ലീലാവതി

274. 'പഴഞ്ചൊൽമാല' ആരുടെ കൃതിയാണ്?
ഹെർമ്മൻ ഗുണ്ടർട്ട്

275. നാനം മോനം എന്നത് ഏത് പ്രാചീന ലിപിയെ ഉദ്ദേശിക്കുന്നു?
വട്ടെഴുത്ത്

276. ആർച്ചാങ്കൂത്ത് എന്ന നൃത്തവിശേഷത്തെക്കുറിച്ച് സൂചിപ്പിക്കുന്ന പ്രാചീന ചമ്പൂകൃതിയാണ്?
ഉണ്ണിച്ചിരുതേവി ചരിതം

277. ഭഗവദ്ഗീതയ്ക്ക് മലയാളത്തിലുണ്ടായ ആദ്യ വിവർത്തനം?
ഭാഷാഭഗവദ്ഗീത (മാധവപ്പണിക്കർ)

278 നിഷ്പക്ഷനിരൂപണം എന്നൊന്നില്ല എന്നു വാദിച്ചത് ആര്?
കുട്ടികൃഷ്ണമാരാർ

279. പ്രജനക വ്യാകരണത്തെ സിദ്ധാന്തരീതിയിലേക്ക് പ്രതിഷ്ഠിച്ച താര്?
നോം ചോംസ്കി

280. ശിഥില വർണ്ണങ്ങൾ ഏതൊക്കെയാണ്?
അനുനാസികങ്ങൾ, മദ്ധ്യമങ്ങൾ, ഘോഷി

281. എൺ + ആയിരം സന്ധി ഏത്?
ആദേശസന്ധി

282. 'ചുവന്ന ചിഹ്നങ്ങൾ' എന്ന കൃതിയുടെ കർത്താവ്?
എം സുകുമാരൻ

283. ആദ്യത്തെ രാഷ്ട്രീയ നോവൽ രചിച്ചത്?
പാറപ്പുറം (കെ നാരായണകുരുക്കൾ)

284. 'ദുർമ്മരണം' എന്ന പേരിൽ രസികരഞ്ജിനി മാസികയിൽ പ്രസിദ്ധപ്പെടുത്തിയ കൃതി?
ഭാസ്കരമേനോൻ

285. സി വി രാമൻപിള്ളയുടെ സാമൂഹ്യ നോവൽ ഏത്?
പ്രേമാമൃതം

286. ടിപ്പു സുൽത്താന്റെ ആക്രമണത്തോടു ബന്ധപ്പെടുത്തി ഇതിവൃത്തം സംവിധാനം ചെയ്തിരിക്കുന്ന സി വിയുടെ നോവൽ?
രാമരാജബഹദൂർ

287. 'മണിനാദം' ആരുടെ കൃതി?
ഇടപ്പള്ളി രാഘവൻപിള്ള

288. 1995 ൽ ബാലാമണിക്ക് സരസ്വതി സമ്മാനം നേടിക്കൊടുത്ത കൃതി?
നൈവേദ്യം

289. ആട്ടക്കഥയെ പരിഹസിച്ചുണ്ടായ കൃതി?
പാട്ടുണ്ണിചരിതം

290. മിഷണറി ഗദ്യകൃതികൾ ഏതെല്ലാം?

ജ്ഞാന മുത്തുമാല, വേദർക്കം, വർത്തമാനപുസ്തകം

291. കണ്യാർകളി കേരളത്തിലെ ഏതു ഭാഗത്തുള്ള നാടൻ കലയാണ്?

തലശ്ശേരി

292. രണ്ട് മാത്ര വീതമുള്ള എട്ടു ഗണം വരുന്ന വൃത്തം ഏത്?

തരംഗിണി

293. 'ധർമ്മചക്രം' എന്ന നോവൽ രചിച്ചതാര്?

ഉണ്ണികൃഷ്ണൻ പുതൂർ

294. രഞ്ജിത്ത് സംവിധാനം ചെയ്ത 'ഞാൻ' എന്ന സിനിമയ്ക്ക് ഉപാധിയായ നോവൽ ഏതാണ്?

കെ ടി എൻ കോട്ടൂർ എഴുത്തും ജീവിതവും (ഗ്രന്ഥകാരൻ: ടി കെ രാജീവൻ)

295. 'ഒരു കോപം കൊണ്ടങ്ങോട്ടു ചാടിയാ-

ലിരു കോപം കൊണ്ടിങ്ങോട്ടു പോരാമോ'

പൂന്താനത്തിന്റെ ഏതു കൃതിയിലെ വരികളാണ്?

സന്താനഗോപാലം

296. ലോകാപവാദം, കനകംമൂലം, അമ്പുനായർ എന്നീ നോവലുകൾ രചിച്ചതാര്?

മൂർക്കോത്ത് കുമാരൻ

297. പൂന്താനത്തിന്റെ ആദിമസിദ്ധിയും അന്തിമ സിദ്ധിയും ഭക്തിയാണ് എന്ന് അഭിപ്രായപ്പെട്ടതാര്?

പ്രൊഫ. എൻ കൃഷ്ണപിള്ള

298. അന്നനട എന്ന വൃത്തത്തിന്റെ ഉപജ്ഞാതാവ്?

തുഞ്ചത്ത് രാമാനുജൻ എഴുത്തച്ഛൻ

299. മാമാങ്ക മഹോത്സവത്തെക്കുറിച്ചും പരശുരാമന്റെ കേരള സൃഷ്ടിയെക്കുറിച്ചും പ്രതിപാദിക്കുന്ന കിളിപ്പാട്ട് ഏത്?

മാമാങ്കപ്പാട്ട്

300. ബ്രാഹുയി ഏതു ഗോത്രത്തിൽപ്പെട്ട ഭാഷയാണ്?

ദ്രാവിഡ ഗോത്രം

301. കുമാരനാശാന്റെ മരണത്തിൽ മനംനൊന്ത് 'ഒരു വിലാപം' എന്ന കൃതി രചിച്ചത് ആര്?

മുതുകുളം പാർവ്വതിയമ്മ

302. വിവേകാന്ദസ്വാമികളെക്കുറിച്ച് വള്ളത്തോൾ നാരായണ മേനോൻ രചിച്ച കവിത?

കൃഷ്ണപ്പരുന്തിനോട്

303. 'ഇന്നലത്തെ മഴ' എന്ന നോവലിന്റെ കർത്താവ്?
എൻ മോഹനൻ

304. റുബായിയത്ത് 'ജീവിതോത്സവം' എന്ന പേരിൽ വിവർത്തനം ചെയ്തത്?
എം പി അപ്പൻ

305. 'ഒരു നേർച്ച' എന്ന പച്ചമലയാള കൃതി രചിച്ചത്?
ഉള്ളൂർ എസ് പരമേശ്വരയ്യർ

306. സംയോജികാവിഭക്തിയുടെ കാരകം?
സാക്ഷി കാരകം

307. 'നിത്യകന്യകയെത്തേടി' എന്ന ആത്മകഥയുടെ കർത്താവ്?
പി കുഞ്ഞിരാമൻ നായർ

308. 'ജില്ല' ഏത് ഭാഷയിൽനിന്നും കടംകൊണ്ട പദമാണ്?
അറബി

309. ദ്രാവിഡ മാദ്ധ്യമങ്ങളായ അക്ഷരങ്ങൾ ഏതൊക്കെ?
ള, ഴ, റ

310. 'എന്റെ കാതൊപ്പുകൾ' എന്ന ആത്മകഥയുടെ രചയിതാവ്?
റസൂൽ പൂക്കുട്ടി

311. പ്രാചീന മലയാളം എന്ന കൃതിയുടെ കർത്താവ്?
ചട്ടമ്പിസ്വാമികൾ

312. പ്രാചീന മണിപ്രവാളത്തിലെ ആദ്യ കൃതി?
വൈശികതന്ത്രം

313. ഇന്ത്യയ്ക്ക് പുറത്ത് പ്രചാരത്തിലുള്ള ഒരു ദ്രാവിഡ ഭാഷ?
ബ്രാഹുയി

314. 'ബോധം വന്ന ഭൂതം' (1905) എന്ന കഥയുടെ കർത്താവ്?
എം രത്നം, ബി എ

315. ലീലാതിലകകാരൻ പറയുന്ന മണിപ്രവാള ലക്ഷണങ്ങൾ സർവ്വവും തികഞ്ഞ കൃതി?
വൈശിക തന്ത്രം

316. 'തുലുക്കക്കാശ്' എന്ന നാണയത്തെക്കുറിച്ച് പരാമർശമുള്ള കൃതി
ഉണ്ണിയാടിചരിതം

317. വേണാട് രാജാവിനെക്കുറിച്ചും ഓണത്തെക്കുറിച്ചും സൂചനകൾ നല്കുന്ന കൃതി
ഉണ്ണിയച്ചീചരിതം

318. 'ക്ഷീരബല സഹചരാദികഷായത്തിൽ' എന്ന നാടകത്തിന്റെ കർത്താവ്?

എം പി ചെല്ലപ്പൻ നായർ

319. 'വായനശാലയിൽ' എന്ന കൃതിയുടെ കർത്താവ്?

ജോസഫ് മുണ്ടശ്ശേരി

320. കേരളത്തിലെ എമിലി ബ്രോണ്ടി എന്ന് അറിയപ്പെടുന്നത്?

രാജലക്ഷ്മി

321. 'മനുഷ്യ നിഴലുകൾ' എന്ന എം ടി യുടെ കൃതി ഏത് സാഹിത്യ വിഭാഗത്തിൽപ്പെടുന്നു?

യാത്രാവിവരണം

322. കൈകൊട്ടിക്കളി പാട്ടുകളിലൂടെ (തിരുവാതിരപ്പാട്ട്) പ്രസിദ്ധമായ കവി?

മച്ചാട്ടിളയത്

323. മലയാളത്തിലെ ഹോമർ എന്നറിയപ്പെടുന്നത്?

അയ്യിപ്പിള്ള ആശാൻ

324. കുമാരനാശാന്റെ ഏത് കൃതിയെ ആധാരമാക്കിയാണ് ചെങ്ങാരപ്പള്ളി നാരായണൻ പോറ്റി ആട്ടക്കഥ രചിച്ചത്?

കരുണ

325. രാമചന്ദ്രവിലാസത്തിന് അവതാരിക എഴുതിയത് ആര്?

എ ആർ രാജരാജവർമ്മ

326. 'മലയാം കൊല്ലം' എന്ന മഹാകാവ്യത്തിന്റെ കർത്താവ്?

കൊടുങ്ങല്ലൂർ കൊച്ചുണ്ണി തമ്പുരാൻ

327. കൊച്ചി രാമവർമ്മ മഹാരാജാവിന്റെ ഷഷ്ടിപൂർത്തി സ്മാരകമായി കൊച്ചുണ്ണിത്തമ്പുരാൻ രചിച്ച കൃതി?

ഗോശ്രീശാദിത്യചരിത്രം

328. പ്രാസം, യമകം, ചിത്രശില്പം തുടങ്ങിയ ശബ്ദാലങ്കാരങ്ങളോടു കൂടി രചിക്കപ്പെട്ട കൃതി?

രുഗ്മാംഗദചരിതം

329. കവിതയ്ക്കുവേണ്ടി മാത്രം 1905 ൽ പന്തളം കേരളവർമ്മ പ്രസിദ്ധീകരിച്ച മലയാളത്തിലെ ആദ്യത്തെ മാസിക?

കവനകൗമുദി

330. ആദിത്യവർമ്മയുടെയും ഉമയമ്മ റാണിയുടെയും ഭരണകാലത്ത് വേണാട്ടിലുണ്ടായ രാഷ്ട്രീയ സാമൂഹിക മാറ്റങ്ങളുടെ കഥ ഇതിവൃത്തമായിട്ടുള്ള മഹാകാവ്യം?

ഉമാകേരളം

331. 'അധികാരം കൊയ്യണമാദ്യം നാം
അതിനുമേലാകട്ടെ പൊന്നാര്യൻ' ഏതുകവിതയിലെ വരികളാണിത്?
പുത്തൻകലവും അരിവാളും (ഇടശ്ശേരി)

332. മലയാളത്തിലെ ആദ്യത്തെ ചരിത്രനാടകം?
സീതാലക്ഷ്മി (ഇ വി കൃഷ്ണപിള്ള)

333. 'രംഗഭാഷ' എന്ന കൃതിയുടെ കർത്താവ്?
വയലാ വാസുദേവൻ പിള്ള

334. 'കമ്യൂണിസം പഷ്ടാം ക്ലാസ്' എന്ന ബഷീറിന്റെ പ്രസിദ്ധമായ പരാമർശം ഏത് കൃതിയിലാണ്?
പ്രേമലേഖനം (1947)

335. എ ആറിന്റെ അപേക്ഷ പരിഗണിച്ച് കേരള വർമ്മ പ്രാസവാദം നിരാകരിച്ചുകൊണ്ട് 1909 ൽ പ്രസിദ്ധീകരിച്ച കാവ്യം?
ദൈവയോഗം

336. കാളിദാസ കാവ്യമായ ഋതുസംഹാരത്തെ അനുകരിച്ച് ഋതുവിലാസം എഴുതിയതാര്?
വള്ളത്തോൾ നാരായണമേനോൻ

337. "ഇമേജുകളുടെ ഘോഷയാത്ര ഇത്രയേറെ വൈചിത്ര്യ വൈവിദ്ധ്യങ്ങളോടെയും ആവർത്തന കൗതുകത്തോടെയും സംഘടിപ്പിച്ചിട്ടുള്ള മറ്റൊരു മലയാള കവിയില്ല" എന്ന് മലയാള കവിതാ സാഹിത്യചരിത്രത്തിൽ എം ലീലാവതി ഏത് കവിയെക്കുറിച്ചാണ് ഇങ്ങനെ അഭിപ്രായപ്പെട്ടത്?
പി കുഞ്ഞിരാമൻ നായർ

338. ഭീമനെ കേന്ദ്രകഥാപാത്രമാക്കി എം ടി രചിച്ച നോവൽ?
രണ്ടാമൂഴം

339. 'വെളിച്ചം ദുഃഖമാണുണ്ണി
തമസ്സല്ലോ സുഖപ്രദം'- ഏത് കൃതിയിലെ വരികളാണിത്?
ഇരുപതാം നൂറ്റാണ്ടിന്റെ ഇതിഹാസം (അക്കിത്തം അച്യുതൻ നമ്പൂതിരി)

340. 'കേരള ഭാഷാവ്യാകരണം' എന്ന കൃതി ആരുടേതാണ്?
വൈക്കത്ത് പാച്ചുമൂത്തത്.

341. ക്രൈസ്തവ കാളിദാസൻ എന്ന് വിശേഷിപ്പിക്കുന്നത് ആരെ?
കട്ടക്കയം ചെറിയാൻ മാപ്പിളയെ

342. 'നനമയയ' എന്ന ഗണ വ്യവസ്ഥയിൽ വരുന്ന വൃത്തം?
മാലിനി

343. ബാലമുരളി എന്ന പേരിൽ രചനനടത്തിയിരുന്ന പ്രശസ്ത കവി?
ഒ എൻ വി കുറുപ്പ്

344. മാറ്റൊലി കവികൾ എന്നറിയപ്പെടുന്നത്?

ഒ എൻ വി കുറുപ്പ്, പി ഭാസ്കരൻ, വയലാർ രാമവർമ്മ

345. 'ഓമനത്തിങ്കൾ കിടാവോ–

നല്ല കോമളത്താമരപ്പൂവോ

പൂവിൽനിറഞ്ഞ മധുവോ–

പരിപൂർണ്ണേന്ദു തന്റെ നിലാവോ'

ഈ വരികളിലെ അലങ്കാരമെന്ത്?

സസന്ദേഹം

346. 'ആൽ' പ്രത്യയം വരുന്ന വിഭക്തി ഏത്?

പ്രയോജിക

347. ക്രിയയെ ആശ്രയിച്ചു നിൽക്കുന്ന പറ്റുവിന?

വിനയച്ചം

348. ക്രിയാനാമത്തിന് ഉദാഹരണം?

ഉറക്കം, നോട്ടം, കാഴ്ച

349. ഇബ്നുബത്തൂത്ത കഥാപാത്രമായി വരുന്ന ആനന്ദിന്റെ നോവൽ?

ഗോവർദ്ധനന്റെ യാത്രകൾ

350. 'വോൾഗയിൽ മഞ്ഞുപെയ്യുന്നു' ഏത് സാഹിത്യവിഭാഗത്തിൽപ്പെടുന്ന കൃതിയാണ്?

യാത്രാവിവരണം

351. 'ഉത്തുംഗഭാവനയുടെയും ക്രാന്തദർശനത്തിന്റെയും ഉദ്ഗ്രഥനശക്തിയുടെയും സുന്ദരസമന്വയമാണ് സമത്വവാദി എന്ന നാടകം' എന്ന് പറഞ്ഞത്?

എൻ കൃഷ്ണപിള്ള

352. 'പാടുന്ന പിശാച്' എന്ന കഥ എഴുതിയതാര്?

തായാട്ടു ശങ്കരൻ

353. 'ആരുടെയോ ഒരു നഗരം' ഈ കൃതിയുടെ കർത്താവ്?

ജോർജ്ജ് വർഗ്ഗീസ് – കാക്കനാടൻ

354. കൃഷ്ണഗാഥയ്ക്ക് ആദ്യമുണ്ടായ അനുകരണം?

ചെറുശ്ശേരിയുടെ ഭാരതഗാഥ

355. 'പുളിങ്കൊമ്പത്തെ പോതി' എന്ന കഥയുടെ കർത്താവ്?

കെ പി നിർമ്മൽകുമാർ

356. മാധവിക്കുട്ടിയും കെ എൽ മോഹനവർമ്മയും ചേർന്നെഴുതിയ നോവൽ?

അമാവാസി

357. വയനാട്ടിലെ ആദിവാസികളുടെ കഥ ഇതിവൃത്തമായ കെ ജെ ബേബിയുടെ നോവൽ?

മാവേലിമൻറം

358. 'പുരുഷാന്തരങ്ങളിലൂടെ' എന്ന യാത്രാവിവരണത്തിന്റെ കർത്താവ്?

വയലാർ രാമവർമ്മ

359. മലയാളത്തിൽ ചരിത്രനാടകരചനയ്ക്ക് തുടക്കം കുറിച്ചത് ആര്?

ഇ വി കൃഷ്ണപിള്ള

360. 'മാമാവെങ്കിടൻ' സി വി യുടെ ഏത് നോവലിലെ കഥാപാത്രമാണ്?

രാമരാജ ബഹദൂർ

361. കോട്ടയത്ത് തമ്പുരാൻ സ്ഥാപിച്ച ക്ലാസിക്കൽ അസ്തിവാരത്തിന്റെ മുകളിൽ വാര്യർ പണിത സൗധമാണ് നളചരിതം എന്ന് പറഞ്ഞത്?

അയ്മനം കൃഷ്ണക്കൈമൾ

362. 'അറിവ്' എന്ന കൃതിയുടെ കർത്താവ്?

ശ്രീനാരായണഗുരു

363. പരീക്ഷാപരാജയത്തിൽ ദുഃഖിച്ച് എ ആർ എഴുതിയ വിലാപ കാവ്യം?

ഭൃംഗവിലാപം (സംസ്കൃതം)

364. മലയാള കവിതയിൽ ആധുനിക പ്രവണതകൾക്ക് തുടക്കമിട്ട കാവ്യം?

മലയവിലാസം (1895)

365. ആംഗലേയ കവി ടെന്നിസന്റെ 'ഇൻ മെമ്മോറിയം' എന്ന വിഖ്യാതകാവ്യത്തിന്റെ മാതൃക സ്വീകരിച്ച് എ ആർ രാജരാജവർമ്മ രചിച്ച കൃതി?

പ്രിയ വിലാപം

366. 'ജീവചരിത്രക്കുറിപ്പുകൾ' എന്ന കവിതാ സമാഹാരത്തിന്റെ രചയിതാവ്?

മാധവൻ അയ്യപ്പത്ത്

367. 'തിരസ്കാരം' എന്ന കൃതിയുടെ കർത്താവ്?

കെ പി അപ്പൻ

368. പാത്തുമ്മയുടെ ആട് എന്ന കഥ എഴുതിയത് ആര്?

വൈക്കം മുഹമ്മദ് ബഷീർ

369. 'ഖണ്ഡനമേ വിമർശനമാകൂ' എന്ന് വാദിച്ചത് ആര്?

സുകുമാർ അഴീക്കോട്

370. കല കലയ്ക്കുവേണ്ടി എന്ന് വാദിച്ച പാശ്ചാത്യ നിരൂപകൻ?
വാൾട്ടർ പേയ്റ്റർ

371. പച്ചമലയാള പ്രസ്ഥാനത്തെ ഉണക്ക മലയാളമെന്ന് വിമർശിച്ചതാര്?
കേസരി എ ബാലകൃഷ്ണപിള്ള

372. സംഗീതം, സാഹിത്യം, രംഗപ്രയോഗാർഹത എന്നിവയിൽ അശ്വതി തിരുനാളിന്റെ കൃതികൾ കോട്ടയം കൃതികളെ അതിശയിപ്പിക്കുന്നു എന്ന് രേഖപ്പെടുത്തിയത് ആര്?
ഉള്ളൂർ എസ് പരമേശ്വരയ്യർ

373. മലയാളത്തിലെ ആദ്യത്തെ മാസിക പത്രം?
രാജ്യസമാചാരം

374. 'വിദ്യാധനം സർവ്വധനാൽ പ്രധാനം' എന്ന മുദ്രാവാക്യം അംഗീകരിച്ചുകൊണ്ട് പുറത്തിറങ്ങിയ മാസിക?
ജ്ഞാനനിക്ഷേപം (1848)

375. കവിസമാജം രൂപം കൊണ്ടതെന്ന്?
1891 ആഗസ്ത് 29

376. ഭാഷാപോഷിണിയിൽ ഖണ്ഡശഃ പ്രസിദ്ധീകരിച്ച ആദ്യനോവൽ?
ലോകാപവാദം (1900, മൂർക്കോത്ത് കുമാരൻ)

377. പിതൃഘടികാരം എന്ന കൃതി രചിച്ചതാര്?
പി കെ രാജശേഖരൻ

378. കലിവെൻപാട്ട് കേരളത്തിൽ ഏത് സമുദായക്കാരുടെ ഇടയിലാണ് നിലവിലുള്ളത്?
ഉത്തരകേരളത്തിലെ പുലയസമുദായം

379. ജൂബിലി മഹോത്സവം, പാഞ്ചാലിസ്വയംവരം എന്നീ തുള്ളൽകഥകൾ രചിച്ചതാര്?
വെൺമണി നമ്പൂതിരിപ്പാട്

380. ഡ്രാക്കുള എന്ന മലയാള നോവൽ രചിച്ചതാര്?
കൊച്ചുബാവ

381. അതിരാണിപ്പാടം എന്ന പ്രദേശം ഏത് നോവലിലാണ് പരാമർശിക്കുന്നത്?
ഒരു ദേശത്തിന്റെ കഥ

382. മലയാളത്തിലെ ആദ്യത്തെ ഹാസ്യനോവൽ?
പറങ്ങോടീ പരിണയം (രാമൻകുട്ടി മേനോൻ)

383. എം ടി വാസുദേവൻ നായരും എൻ പി മുഹമ്മദും ചേർന്നെഴുതിയ നോവൽ?
അറബിപ്പൊന്ന്

384. ഒ വി വിജയന്റെ 'ഖസാക്കിന്റെ ഇതിഹാസം' എന്ന നോവൽ പുറത്തുവന്ന വർഷം?

1969

385. വള്ളത്തോൾ നാരായണമേനോന്റെ സിംബോളിക് കവിത?

കൃഷ്ണപ്പരുന്തിനോട്

386. 'മരപ്പാവകൾ' ആരുടെ ചെറുകഥാസമാഹാരമാണ്?

കാരൂർ

387. മുക്തിപഥം, ശവഘോഷയാത്ര എന്നീ നാടകങ്ങളുടെ കർത്താവ്?

ആനന്ദ്

388. ഗദ്യമാലിക എന്ന കൃതിയുടെ കർത്താവ്?

അപ്പൻ തമ്പുരാൻ

389. 'ആത്മാവിലേക്ക് ഒരു തീർത്ഥയാത്ര' ഈ ഉപന്യാസകൃതിയുടെ കർത്താവ്?

എം പി വീരേന്ദ്രകുമാർ

390. 'എന്നിലൂടെ' എന്ന ജീവചരിത്രഗ്രന്ഥം രചിച്ചതാര്?

കുഞ്ഞുണ്ണി

391. അന്ധനായ ദൈവം എന്ന വിമർശന ഗ്രന്ഥത്തിന്റെ രചയിതാവ്?

പി കെ രാജശേഖരൻ

392. അമേരിക്കൻ തിരശ്ശീല എന്ന യാത്രാവിവരണ ഗ്രന്ഥത്തിന്റെ കർത്താവ്?

തകഴി ശിവശങ്കരപ്പിള്ള

393. മലയാളത്തിലെ പ്രഥമ ബാലസാഹിത്യ കൃതി?

ബാലഭൂഷണം

394. ഹെർമ്മൻ ഗുണ്ടർട്ട് 1860 ൽ രചിച്ച ബാലസാഹിത്യകൃതി?

പാഠമാല

395. തകഴി ശിവശങ്കരപ്പിള്ളയുടെ 'ചെമ്മീൻ' ഇംഗ്ലീഷിലേക്ക് തർജ്ജുമ ചെയ്തതാര്?

വി കെ നാരായണമേനോൻ

396. വാല്മീകി രാമായണം ആദ്യമായി മലയാള ഭാഷയിലേക്ക് വിവർത്തനം ചെയ്തതാര്?

കോട്ടയം കേരളവർമ്മ

397. ശാകുന്തളത്തിന്റെ ഗദ്യവിവർത്തനം രചിച്ച തിരുവിതാംകൂർ മഹാരാജാവ്?

ആയില്യം തിരുനാൾ

398. അഷ്ടാധ്യായി എന്ന പാണിനീയ കൃതിക്ക് 'പാണിനീയ പ്രദ്യോതം' എന്ന വ്യാഖ്യാനകൃതി രചിച്ചതാര്?

ഐ സി ചാക്കോ

399. 'മൈ ഗ്രാന്റ് ഡാഡ് ഹാഡ് ആൻ എലിഫന്റ്' എന്ന് ഇംഗ്ലീഷിലേക്ക് വിവർത്തനം ചെയ്യപ്പെട്ട മലയാള നോവൽ?

ന്റെപ്പുപ്പായ്ക്കൊരാനേണ്ടാർന്നു

400. "ഈ ദശകത്തിന്റെ ഉപലബ്ധി"എന്ന് എൻ വി കൃഷ്ണവാരിയർ വിശേഷിപ്പിച്ച കവി?

വിഷ്ണുനാരായണൻ നമ്പൂതിരി

401. ആദ്യത്തെ ഭാഷ, ചമ്പൂകൃതി?

ഉണ്ണിയച്ചീചരിതം

402. 'എബ്രായക്കുട്ടി' എന്ന നാടകത്തിന്റെ കർത്താവ്?

കണ്ടത്തിൽ വർഗ്ഗീസ് മാപ്പിള

403. കവിതാവിചാരം എന്ന കൃതിയുടെ കർത്താവ്?

ഡോ. ഡി ബഞ്ചമിൻ

404. അതിരാണിപ്പാടത്തിന്റെ കഥാകാരൻ?

എസ് കെ പൊറ്റെക്കാട്ട്

405. സേതുലക്ഷ്മി എന്ന കഥാപാത്രത്തെ പ്രതിപാദിക്കുന്ന പെരുമ്പടവം ശ്രീധരമേനോന്റെ നോവൽ?

അഭയം

406. ആഴ്വാഞ്ചേരി തമ്പ്രാക്കളെക്കുറിച്ചു പരാമർശിക്കുന്ന ചമ്പൂകൃതി?

ഉണ്ണിച്ചിരുതേവീചരിതം

407. കേരള കൗമുദി എന്ന വ്യാകരണ ഗ്രന്ഥത്തിന്റെ കർത്താവ്?

കോവുണ്ണി നെടുങ്ങാടി

408. ആനന്ദത്തിൽ ആരംഭിച്ച് പരമാനന്ദത്തിൽ പര്യവസാനിക്കുന്ന ധ്വനി മര്യാദയിൽ രചിച്ച പ്രബോധന കാവ്യമെന്ന് കണ്ണശ്ശരാമായണത്തെ വിശേഷിപ്പിച്ചത്?

ഡോ. പുതുശ്ശേരി രാമചന്ദ്രൻ

409. കൃഷ്ണഗാഥാ പ്രവേശികയുടെ കർത്താവ്?

വടക്കുംകൂർ രാജരാജവർമ്മ

410. മധുരകാവ്യം എന്ന് പണ്ഡിതന്മാരാൽ വിശേഷിപ്പിക്കപ്പെട്ട കൃതി?

കൃഷ്ണഗാഥ

411. മണിപ്രവാളത്തെക്കുറിച്ച് പരാമർശമുള്ള ബുദ്ധമിത്രനാരുടെ വ്യാകരണ ഗ്രന്ഥം?

വീരചോഴിയം

412. ലീലാതിലകത്തിന് ആറ്റൂർ കൃഷ്ണപ്പിഷാരടി രചിച്ച വ്യാഖ്യാനം?
ഉന്മീലനം

413. കൈരളീതിലകം (ശൂരനാട്ട് കുഞ്ഞൻപിള്ള) ഏത് ഗ്രന്ഥത്തിന്റെ വ്യാഖ്യാനമാണ്?
ലീലാതിലകം

414. ദണ്ഡിയുടെ മഹാകാവ്യ ലക്ഷണങ്ങൾ ഒത്തിണങ്ങുന്ന ഉള്ളൂർ എസ് പരമേശ്വരയ്യരുടെ കൃതി?
ഉമാകേരളം

415. ആനയച്ച് എന്ന ചോളനാണയത്തെക്കുറിച്ച് പരാമർശമുള്ള പ്രാചീന മണിപ്രവാള ചമ്പു?
ഉണ്ണിയച്ചീ ചരിതം

416. ചോകിരം ഗ്രാമത്തെ വർണ്ണിക്കുന്ന പ്രാചീന ചമ്പു കാവ്യമേത്?
ഉണ്ണിച്ചിരുതേവീ ചരിതം

417. ശുകസന്ദേശത്തിന് ചിന്താതിലകം എന്ന വ്യാഖ്യാനം രചിച്ചത്?
ഗൗരീദാസൻ

418. 'താരാവലി ചന്ദ്രസേനം മണിപ്രവാള കാവ്യം' എന്നുകൂടി പേരുള്ള കൃതി?
ചിത്രയോഗം

419. 'മുണ്ടയ്ക്കൽ സന്ദേശം ഒരു മുഴുത്ത ചിരി' എന്ന ലേഖനത്തിന്റെ കർത്താവ്?
കുട്ടികൃഷ്ണമാരാർ

420. വിദ്യുല്ലത ഏത് ഗ്രന്ഥത്തിന്റെ വ്യാഖ്യാനമാണ്?
മേഘസന്ദേശം

421. കൂട്ടുകൃഷി എന്ന നാടകത്തിന്റെ കർത്താവ്?
ഇടശ്ശേരി

422. 'എങ്ങു മനുഷ്യനു ചങ്ങല കൈകളി-
ലങ്ങെൻ കയ്യുകൾ നൊന്തീടുകയാ
ണെങ്ങോ മർദ്ദനമവിടെ പ്രഹരം
വീഴുവതെന്റെ പുറത്താകുന്നു'
ഏത് കവിതയിലെ വരികളാണിത്?
ആഫ്രിക്ക (എൻ വി കൃഷ്ണവാരിയർ)

423. ജോസഫ് മുണ്ടശ്ശേരിയെ മലയാളത്തിലെ ചാർട്ടേഡ് അക്കൗണ്ടന്റ് എന്ന് വിശേഷിപ്പിച്ചതാര്?
ഡോ. കെ എം ജോർജ്ജ്

424. 'നവതരംഗം' എന്ന കൃതിയുടെ കർത്താവ്?

എം ലീലാവതി

425. 'സൗന്ദര്യ നിരീക്ഷണം' എന്ന കൃതിയുടെ കർത്താവ്?

എം പി പോൾ

426. 'ഇരുട്ട്' എന്ന നാടകത്തിന്റെ കർത്താവ്?

എം മുകുന്ദൻ

427. ക്ലാസിപ്പേർ എന്ന കഥാപാത്രം തകഴി ശിവശങ്കരപ്പിള്ളയുടെ ഏതു നോവലിലാണ്?

കയർ

428. വക്രോക്തിസിദ്ധാന്തത്തിന്റെ സ്ഥാപകൻ?

കുന്തകൻ

429. വൃത്തൗചിത്യത്തെക്കുറിച്ച് പ്രഖ്യാപിക്കുന്ന ക്ഷേമേന്ദ്രന്റെ ഗ്രന്ഥം?

സുവൃത്തതിലകം

430. മാപ്പിളലഹളയുടെ പശ്ചാത്തലത്തിൽ എൻ കുമാരനാശാൻ എഴുതിയ ഖണ്ഡകാവ്യം?

ദുരവസ്ഥ

431. നളിനിക്ക് കുമാരനാശാൻ നൽകുന്ന മറ്റൊരു പേര്?

ഒരു സ്നേഹം

432. ജോസഫ് മുണ്ടശ്ശേരിയുടെ കവിതാ സമാഹാരം?

ചിന്താമാധുരി

433. മലയാളത്തിലെ ആദ്യ തനതു നാടകം?

കലി

434. വീണപൂവ് പ്രസിദ്ധപ്പെടുത്തിയ വർഷം?

1907

435. 'രക്തം പുരണ്ട മൺതരികൾ' എന്ന കഥാസമാഹാരത്തിന്റെ കർത്താവ്?

എം ടി വാസുദേവൻ നായർ

436. പാർത്ഥിവപുരംശാല സ്ഥാപിച്ചത് ആര്?

കരുനന്തടക്കൻ

437. കേരള പാണിനീയ വിമർശം എന്ന കൃതിയുടെ രചയിതാവ്?

ഡോ. പുതുശ്ശേരി രാമചന്ദ്രൻ

438. ശൃംഗാരരസത്തിന്റെ നിറം ഏതാണ്?

പച്ച

439. തൃപ്പടിദാനം നടത്തിയ തിരുവിതാംകൂർ രാജാവ് ആരാണ്?
മാർത്താണ്ഡവർമ്മ

440. 'ജതം ജഗംഗം' എന്ന ഗണ വ്യവസ്ഥയിൽ വരുന്ന വൃത്തം?
ഉപേന്ദ്രവജ്ര

441. വൈശാഖൻ എന്ന തൂലികാനാമത്തിൽ അറിയപ്പെടുന്ന എഴുത്തുകാരൻ?
എം കെ ഗോപിനാഥൻ നായർ

442. 'അക്രൂരനെന്നൊരു പേരായിനിന്നുള്ളൊ-
രക്രൂരനെങ്ങാനും കൊണ്ടുപോയാൽ' – എന്ന വരികളുടെ അലങ്കാരം എന്ത്?
യമകം

443. മലയാളത്തിലെ ആദ്യത്തെ അച്ചടി നിഘണ്ടു?
A dictionary of high and colloquial Malayalam and English (ബെഞ്ചമിൻ ബെയിലി 1946)

444. നാമത്തെ ആശ്രയിച്ചു നിൽക്കുന്ന പറ്റുവിനയെ പറയുന്നത് എന്ത്?
പേരച്ചം

445. മേയനാമത്തിന് ഉദാഹരണം?
വെള്ളം, ആകാശം, സ്വർണ്ണം

446. 'ഭാർഗ്ഗവീനിലയം' എന്ന സിനിമയ്ക്ക് ആധാരമായ വൈക്കം മുഹമ്മദ് ബഷീറിന്റെ ചെറുകഥ?
നീലവെളിച്ചം

447. 'ജാതി വേണ്ട, മതം വേണ്ട, ദൈവം വേണ്ട മനുഷ്യന്' എന്ന് വാദിച്ചതാര്?
സഹോദരൻ അയ്യപ്പൻ

448. മലയാളത്തിലെ ആദ്യത്തെ രാഷ്ട്രീയ നാടകം?
പാട്ടബാക്കി

449. തിരുവിതാംകൂറിൽ നിരോധിക്കപ്പെട്ട പി ഭാസ്കരന്റെ കവിത?
വയലാർ ഗർജ്ജിക്കുന്നു

450. വെള്ളായിയപ്പൻ കഥാപാത്രമായി വരുന്ന ഒ വി വിജയന്റെ കഥ?
കടൽത്തീരത്ത്

451. ഇബ്സന്റെ റോസ്മർഷോമിന് മലയാളത്തിലുണ്ടായ ആദ്യ സ്വതന്ത്ര പരിഭാഷ?
മുല്ലയ്ക്കൽ ഭവനം (സി നാരായണപിള്ള)

452. തുഞ്ചൻദിനം ആഘോഷിക്കുന്നത് എന്ന്?
ഡിസംബർ 31

453. ഗാഥാ വൃത്തത്തിന് തമിഴിലെ ഉന്തിപ്പാട്ടുമായി ബന്ധമുണ്ടെന്ന് അഭിപ്രായപ്പെട്ടത് ആര്?

ചിറയ്ക്കൽ ടി ബാലകൃഷ്ണൻ നായർ

454. കഥാപാത്രങ്ങൾക്ക് പേര് നൽകാതെ ആനന്ദ് എഴുതിയ നോവൽ?

മരണ സർട്ടിഫിക്കറ്റ്

455. തമിഴ് ബ്രാഹ്മണരുടെ ഭാഷയും സംസ്കാരവും പ്രകാശിപ്പിക്കുന്ന സാറാ തോമസിന്റെ നോവൽ?

നാർമുടിപ്പുടവ

456. ആദ്യത്തെ ബോധധാരാ നോവൽ?

സ്വർഗ്ഗദൂതൻ (പോഞ്ഞിക്കര റാഫി)

457. 'ഹിഗ്വിറ്റ' എന്ന പ്രശസ്തമായ കഥയുടെ കർത്താവ്?

എൻ എസ് മാധവൻ

458. 'മാണിക്യൻ' എന്ന കഥയുടെ കർത്താവ്?

ലളിതാംബിക അന്തർജ്ജനം

459. 'ആശാന്റെ പണിപ്പുര' എന്ന കൃതിയുടെ കർത്താവ്?

എം എം ബഷീർ

460. 'കൊഴിഞ്ഞ ഇലകൾ' ഏത് സാഹിത്യ വിഭാഗത്തിൽപ്പെടുന്ന കൃതിയാണ്?

ആത്മകഥ (ജോസഫ് മുണ്ടശ്ശേരി)

461. 'മദിരാശി കടൽക്കര' എന്ന കൃതിയുടെ കർത്താവ്?

ഒടുവിൽ കുഞ്ഞികൃഷ്ണമേനോൻ

462. 'മലയവിലാസം' പ്രസിദ്ധീകരിച്ച വർഷം?

1895

463. "ജീവചരിത്രക്കുറിപ്പുകൾ എന്ന ഒറ്റ കവിതാ സമാഹാരം കൊണ്ടു തന്നെ മലയാള കവിതയിൽ ഒരു നൂതന പന്ഥാവ് തുറക്കാൻ മാധവൻ അയ്യപ്പത്തിനു കഴിഞ്ഞു." ഇങ്ങനെ പറഞ്ഞതാര്?

ഡോ. എം ലീലാവതി

464. രാമനാട്ടം താണനിലവാരത്തിലുള്ളതായതുകൊണ്ട് കോട്ടയം തമ്പുരാനാണ് കഥകളിയുടെ ഉപജ്ഞാതാവെന്ന് അഭിപ്രായപ്പെട്ടതാര്?

ഡി പത്മനാഭനുണ്ണി

465. 1902-ൽ പുറത്തുവന്ന രസികരഞ്ജിനി മാസികയുടെ പത്രാധിപർ ആരായിരുന്നു?

കൊടുങ്ങല്ലൂർ കുഞ്ഞിക്കുട്ടൻ തമ്പുരാൻ

466. ഭാഷയിലെ ആദ്യത്തെ സാഹിത്യചരിത്രം ഏത്?
മലയാളഭാഷാ ചരിത്രം

467. ഒരു മലയാളി നിർമ്മിച്ച ആദ്യത്തെ ഏക ഭാഷാ നിഘണ്ടു?
ശബ്ദതാരാവലി

468. മിശ്രഭാഷാവാദത്തിന്റെ അവതാരകൻ ആര്?
ഇളംകുളം കുഞ്ഞൻപിള്ള

469. വൈകൃത കക്ഷിയിൽപ്പെട്ട ഭാഷ?
സംസ്കൃതം, ഇംഗ്ലീഷ്

470. മലയാള ഭാഷ സ്വീകരിച്ചിരിക്കുന്ന ലിപി സമ്പ്രദായം?
അക്ഷര ലിപി

471. മലയാളം സംസ്കൃതത്തിൽ നിന്നും ഉണ്ടായതാണെന്ന് വാദിച്ചവരിൽ പ്രമുഖർ?
കോവുണ്ണി നെടുങ്ങാടി

472. പാണ്ഡ്യഭാഷാസാരൂപ്യം ബാഹുല്യേന കേരള ഭാഷയിലുള്ള പാട്ടിൽ, പാട്ടിലെ ഭാഷയെക്കുറിച്ച് ഇങ്ങനെ അഭിപ്രായപ്പെട്ടതാര്?
ലീലാതിലകകാരൻ

473. പാട്ടു പ്രസ്ഥാനത്തിലെ പ്രഥമ ഗണനീയമായ കൃതി?
രാമചരിതം

474. കാളിദാസൻ നായകനാകുന്ന സന്ദേശകാവ്യം?
ഹംസസന്ദേശം (മൂരിയിൽ നാരായണൻ നമ്പീശൻ)

475. ഇടപ്പള്ളിയെ വർണ്ണിച്ചുകൊണ്ട് അവസാനിക്കുന്ന സന്ദേശകാവ്യം?
കോകസന്ദേശം

476. 'ഇകലിൽ വെന്റിവിളയും' എന്ന ഫലശ്രുതി ഏതു പാട്ടകൃതിയാണ്?
രാമചരിതം

477. ഭക്തിയും വിഭക്തിയും ചെറുശ്ശേരിയിൽ ഒത്തു ചേർന്നിരിക്കുന്നു ഇങ്ങനെ അഭിപ്രായപ്പെട്ടത് ആര്?
കെ എൻ എഴുത്തച്ഛൻ

478. 'സംക്ഷേപണ കലയുടെ മഹാത്ഭുതമാണ് മഹാഭാരതം കിളിപ്പാട്ട്.' ഏത് ഗ്രന്ഥത്തിലാണ് ഈ അഭിപ്രായം?
കൈരളിയുടെ കഥ (എൻ കൃഷ്ണപിള്ള)

479. മഞ്ജരീവൃത്തത്തിലല്ലാത്ത കൃഷ്ണഗാഥയിലെ ഭാഗം?
സ്വർഗ്ഗാരോഹണം

480. 'വഞ്ചിപ്പാട്ടുകളുടെ കൂട്ടത്തിൽ അഗ്രഗണ്യമെന്നു മാത്രമല്ല, ഭാഷാ സാഹിത്യത്തിൽ അനതിശയിതവുമാണ്' എന്ന് കുചേലവൃത്തത്തെ ക്കുറിച്ച് അഭിപ്രായപ്പെട്ടതാര്?

സാഹിത്യപഞ്ചാനനൻ പി കെ നാരായണപിള്ള

481. രാമചരിതം എന്ന പാട്ടുകൃതി പണ്ഡിത ശ്രദ്ധയിൽ ആദ്യം കൊണ്ടു വന്നതാര്?

ഹെർമ്മൻ ഗുണ്ടർട്ട്

482. തുള്ളലിന് കുഞ്ചൻ നമ്പ്യാർ മാതൃകയാക്കിയത് ഏതു നാടൻ കലയെയാണ്?

പടയണി

483. 'നമ്പ്യാരും തുള്ളൽ സാഹിത്യവും' ഈ കൃതിയുടെ കർത്താവ്?

ഏവൂർ പരമേശ്വരൻ

484. കവിതാരാമായണം എന്ന കൃതി രചിച്ചത് ആര്?

മൂലൂർ പത്മനാഭപ്പണിക്കർ

485. 'ചങ്ങമ്പുഴ നക്ഷത്രങ്ങളുടെ സ്നേഹഭാജനം' എന്ന കൃതിയുടെ കർത്താവ്?

എം കെ സാനു

486. 'മിഠായിപ്പൊതി' എന്ന കൃതിയുടെ കർത്താവ്?

സുമംഗല

487. 'ബർസാ' എന്ന കൃതിയുടെ കർത്താവ്?

ഖദീജാ മുംതാസ്

488. ആദ്യത്തെ സമ്പൂർണ്ണ മലയാള കൃതി?

സംക്ഷേപ വെദാർത്ഥം

489. 'കൊച്ചരേത്തി 'എന്ന കൃതിയുടെ കർത്താവ്?

നാരായൻ

490. 'സിനിമയുടെ ലോകം' എന്ന ഗ്രന്ഥത്തിന്റെ കർത്താവ്?

അടൂർ ഗോപാലകൃഷ്ണൻ

491. 'മഞ്ഞ് ' എന്ന കൃതിയുടെ കർത്താവ്?

എം ടി വാസുദേവൻ നായർ

492. 'മലബാർ മാന്വൽ' രചിച്ചത്?

വില്യം ലോഗൻ

493. 'കേരള ഭാഷാ ഗാനങ്ങൾ' എന്ന ഫോക്‌ലോർ ഗ്രന്ഥത്തിന്റെ കർത്താവ്?

ചിറയ്ക്കൽ ടി ബാലകൃഷ്ണൻ നായർ

494. യക്ഷഗാനം ഏതു സംസ്ഥാനത്തെ കലാരൂപമാണ്?
കർണ്ണാടക

495. കേരളീയ സംഗീതത്തെക്കുറിച്ച് പരാമർശിക്കുന്ന ആദ്യകാല ഗ്രന്ഥം?
ചിലപ്പതികാരം

496. 'പുരാണിക് എൻസൈക്ലോപീഡിയ' എന്ന വിജ്ഞാന കോശത്തിന്റെ കർത്താവ്?
വെട്ടം മാണി

497. ദെറിദ ആവിഷ്കരിച്ച വിമർശന പദ്ധതി?
അപനിർമ്മാണം

498. 'അക്കാദമി' എന്ന വിദ്യാലയം സ്ഥാപിച്ചതാര്?
പ്ലേറ്റോ

499. വക്രോക്തി സിദ്ധാന്തം ആരുമായി ബന്ധപ്പെട്ടിരിക്കുന്നു?
കുന്തകൻ

500. 'വാക്യ രസാത്മകം കാവ്യം' കാവ്യത്തെ ഇങ്ങനെ നിർവ്വചിച്ചത്?
വിശ്വനാഥൻ

501. ടി ലക്ഷ്മണൻനായരുടെ 'സന്മാർഗ്ഗോപദേശം' എന്ന ഗ്രന്ഥത്തിന് 'നാനാർത്ഥം' എന്ന ശീർഷകത്തിൽ ഗ്രന്ഥനിരൂപണം എഴുതിയതാര്?
ജോർജ്ജ് മാത്തൻ

502. 'മലയാള ഭാഷ' എന്ന ശീർഷകത്തിൽ 'കൃത്യകൃത്ത് 'എന്നൊരു കപടനാമത്തിൽ കവികളെ പരിഷ്കരിക്കാൻ ലേഖനം എഴുതിയതാര്?
കണ്ടത്തിൽ വർഗ്ഗീസ് മാപ്പിള

503. രവീന്ദ്രനാഥ ടാഗോറിന്റെ 'ഗീതാഞ്ജലി'ക്ക് ആദ്യമായി മലയാളത്തിൽ വിവർത്തനം നടത്തിയതാര്?
കെ എം നായർ

504. 'ചമ്പകമാല' (1905) എന്ന നോവലിന്റെ കർത്താവ്?
സി എസ് സുബ്രഹ്മണ്യൻപോറ്റി

505. 'പാലേരി മാണിക്യം' എന്ന കൃതിയുടെ കർത്താവ്?
ടി പി രാജീവൻ

506. നെന്മണി എന്ന പദത്തിലെ സന്ധി?
ആദേശസന്ധി

507. 'പൂർവ്വകേരള ഭാഷ' എന്ന ഗ്രന്ഥത്തിന്റെ കർത്താവ്?
കെ എം പ്രഭാകരവാര്യർ

508. പുനത്തിൽ കുഞ്ഞബ്ദുള്ളയുടെ 'സ്മാരകശിലകൾ' എന്ന നോവൽ ഏതുപേരിലാണ് സിനിമയായത്?

രാമാനം

509. അൽഫോൺസച്ചൻ എന്ന കഥാപാത്രം എം മുകുന്ദന്റെ ഏതു കൃതിയിലേതാണ്?

ദൈവത്തിന്റെ വികൃതികൾ

510. കാലക്രമമനുസരിച്ച് എഴുതുക

1. ജ്ഞാനനിക്ഷേപം (1848)
2. ഭാഷാപോഷിണി (1892)
3. രസികരഞ്ജിനി (1902)
4. കവനകൗമുദി (1904)

511. വിശ്വാമിത്രനും ശകുന്തളയും കഥാപാത്രങ്ങളായി വരുന്ന വള്ളത്തോളിന്റെ കൃതി?

അച്ഛനും മകളും

512. 'സമയമായില്ല പോലും സമയമായില്ല പോലും
ക്ഷമയെന്റെ ഹൃദയത്തിലൊഴിഞ്ഞു തോഴി' ഇങ്ങനെ പറഞ്ഞത്?

വാസവദത്ത (എൻ കുമാരനാശാന്റെ 'കരുണ'യിലെ കഥാപാത്രം)

513. ഭാവഗീതത്തോടു സാമീപ്യം പുലർത്തുന്ന ഒരു മലയാള നോവൽ?

മഞ്ഞ്, എം ടി വാസുദേവൻ നായർ

514. കേരളത്തിൽ നിന്നും ലഭിച്ചിട്ടുള്ളതിൽ വച്ച് ഏറ്റവും പഴക്കമുള്ള ശാസനം?

രാജശേഖരന്റെ വാഴപ്പള്ളി ശാസനം

515. കേരളത്തെ സംബന്ധിച്ച ഏറ്റവും പഴയ പരാമർശം കാണുന്ന കൃതി?

ഐതരേയാരണ്യകം

516. അയ്യനേത്ത് എന്ന തൂലികാനാമത്തിൽ അറിയപ്പെടുന്നതാര്?

എ പി പത്രോസ്

517. 'ബാലികാസദനം' എന്ന നോവലിന്റെ കർത്താവ്?

പി കെ കൊച്ചീപ്പൻ തരകൻ

518. 'സമസ്തകേരളം പി ഒ' എന്ന കൃതിയുടെ കർത്താവ്?

ഡി വിനയചന്ദ്രൻ

519. ചന്ത്രക്കാരൻ ഏതു നോവലിലെ കഥാപാത്രമാണ്?

ധർമ്മരാജാ

520. 'അമ്മ മലയാളം' എന്ന കവിതാസമാഹാരത്തിന്റെ കർത്താവ്?

കുരീപ്പുഴ ശ്രീകുമാർ

521. കാളിദാസ കഥയുമായി ബന്ധപ്പെടുത്തി ഒ എൻ വി കുറുപ്പ് രചിച്ച കൃതി?

ഉജ്ജയിനി

522. ഊഷ്മാക്കൾ എന്നറിയപ്പെടുന്ന അക്ഷരങ്ങൾ ഏതെല്ലാം?

ശ, ഷ, സ

523. 'മലയാള സാഹിത്യ വിമർശനത്തിലെ വൈദേശിക പ്രഭാവം' ആരുടെ ഗവേഷണ പ്രബന്ധമാണ്?

ഡോ.സുകുമാർ അഴീക്കോട്

524. കവിതയും ജനതയും എന്ന ഗ്രന്ഥത്തിന്റെ കർത്താവ്?

സച്ചിദാനന്ദൻ

525. കേരളപാണിനീയത്തിന്റെ പരിഷ്കരിച്ച പതിപ്പ് പ്രസിദ്ധപ്പെടുത്തിയതെന്ന്?

1917

526. 'ആത്മായനങ്ങളുടെ ഖസാക്ക്' എന്ന ഗ്രന്ഥത്തിന്റെ കർത്താവ്?

എം കെ ഹരികുമാർ

527. 'വീണപൂവ് കൺമുൻപിൽ' എന്ന കൃതിയുടെ കർത്താവ്?

കെ എം ഡാനിയേൽ

528. കെടാമംഗലം പപ്പുക്കുട്ടിയുടെ കടത്തുവഞ്ചി എന്ന കൃതിക്ക് അവതാരിക എഴുതിയതാര്?

കേസരി എ ബാലകൃഷ്ണപിള്ള

529. ചങ്ങമ്പുഴ കൃഷ്ണപിള്ള രചിച്ച നോവൽ?

കളിത്തോഴി

530. ചന്ദ്രോത്സവത്തിൽ പരാമർശിക്കുന്ന ശ്രീകൃഷ്ണവിജയം എന്ന കാവ്യത്തിന്റെ കർത്താവ്?

ശങ്കരവാര്യർ

531. 'എങ്ങു മനുഷ്യനു ചങ്ങല കൈകളിലങ്ങെൻ കൈയുകൾ നൊന്തീടുകയാണ്' എന്നു പ്രഖ്യാപിച്ച കവി?

എൻ വി കൃഷ്ണവാര്യർ

532. 'കാലം തെറ്റി പിറന്ന മറ്റൊരുണ്ണിയാടീ ചരിതം' എന്ന് വിശേഷിപ്പിക്കപ്പെട്ട കൃതി?

രാജരത്നാവലീയം

533. കൈകൊട്ടിക്കളി പാട്ടുകളെ വിശേഷിപ്പിക്കുന്ന മറ്റൊരു പേര്?

തിരുവാതിരക്കളിപ്പാട്ട്

534. നാടൻപാട്ടുകളുടെ വ്യാവർത്തകധർമ്മം എന്ത്?

വാമൊഴി വഴക്കം

535. വീരസാഹസികതയുടെ ഭീഷ്മരൂപം എന്നു വിശേഷിപ്പിക്കപ്പെട്ട തെക്കൻപാട്ട്?

പുരുഷാദേവീപാട്ട്

536. അംബരീഷോപാഖ്യാനം എന്ന കൃതിയുടെ പ്രതിപാദ്യം?

ഏകാദശീവ്രതത്തിന്റെ മാഹാത്മ്യം

537. ഊനകാകളിയെ 'അധിമഞ്ജരി' എന്ന് വിശേഷിപ്പിച്ചതാര്?

എൻ വി കൃഷ്ണവാര്യർ

538. പഞ്ചമവേദമെന്ന് അറിയപ്പെടുന്ന കൃതി?

മഹാഭാരതം

539. പൂന്താനത്തെ സൂർദാസിനോട് താരതമ്യം ചെയ്ത പണ്ഡിതൻ?

ഡോ. കെ ഭാസ്കരൻ നായർ

540. 'രാമാനുജൻ എഴുത്തച്ഛൻ' എന്ന കൃതിയുടെ കർത്താവ്?

ആർ ഈശ്വരപിള്ള

541. പൂന്താനത്തിന്റെ മണിപ്രവാളകാവ്യം ഏത്?

ഭാഷാകർണ്ണാമൃതം

542. 'കോട്ടം തീർന്നൊരു കോട്ടയം കഥകൾ നാല്' എന്ന് കോട്ടയം തമ്പുരാന്റെ ആട്ടക്കഥകളെ പ്രശംസിച്ചതാര്?

വെൺമണി നമ്പൂതിരിപ്പാട്

543. പ്രാസയുദ്ധം അരങ്ങേറിയ മാസിക?

മലയാള മനോരമ

544. വേദാധികാരം നിരൂപണം എഴുതിയത്?

ചട്ടമ്പിസ്വാമികൾ

545. സാറാജോസഫിന്റെ 'പാപത്തറ'യ്ക്ക് അവതാരിക എഴുതിയതാര്?

സച്ചിദാനന്ദൻ

546. ടാഗോറിന്റെ വിക്ടറി എന്ന കഥയ്ക്ക് ചങ്ങമ്പുഴ കൃഷ്ണപിള്ള രചിച്ച കാവ്യാവിഷ്കാരം?

യവനിക

547. കുറിച്യർ ലഹള നടന്ന വർഷം?

1812

548. പഞ്ചമമെന്ന് കേരളപാണിനി വിശേഷിപ്പിക്കുന്നതെന്തിനെ?

അനുനാസികത്തെ

549. അടിയന്തരാവസ്ഥ പശ്ചാത്തലമാക്കി ഒ വി വിജയൻ എഴുതിയ കഥ?

എണ്ണ

550. നമ്പ്യാന്തമിഴിലെ 'തമിഴ്' എന്താണ്?
ഭാഷ

551. കാച്ചിക്കുറുക്കിയ കവിത എന്ന് വൈലോപ്പിള്ളി കവിതയെ വിശേഷിപ്പിച്ചതാര്?
എം എൻ വിജയൻ

552. തിലോദകം എന്ന വിലാപകാവ്യത്തിന്റെ കർത്താവ്?
സഞ്ജയൻ

553. കാരകമില്ലാത്ത വിഭക്തി?
സംബന്ധിക

554. ഒ എൻ വി കുറുപ്പിന് കേന്ദ്രസാഹിത്യ അക്കാദമി അവാർഡ് ലഭിച്ച കൃതി?
അക്ഷരം

555. 'പുല്ലേലിക്കുഞ്ചു' ആദ്യം പ്രസിദ്ധീകരിച്ച മാസിക?
ജ്ഞാനനിക്ഷേപം

556. 'കൂട്ടുകൃഷി' എന്ന നാടകത്തിന്റെ കർത്താവ്?
ഇടശ്ശേരി

557. ലീലാതിലകത്തിനുണ്ടായ ആദ്യത്തെ വിവർത്തനം?
അപ്പൻതമ്പുരാന്റെ വിവർത്തനം

558. ദണ്ഡിയുടെ ദശകുമാരചരിതം (സംസ്കൃതഗദ്യം) മലയാളത്തിലേക്ക് വിവർത്തനം ചെയ്തതാര്?
മുണ്ടൂർ സുകുമാരൻ

559. പൗരസ്ത്യ കാവ്യ പണ്ഡിതനായ രാജശേഖരൻ പ്രതിഭയെ തരംതിരിക്കുന്നതെങ്ങനെ?
കാരയിത്രി-ഭാവയിത്രി

560. 'വിശോകൻ' എം ടി വാസുദേവൻ നായരുടെ ഏതു കൃതിയിലെ കഥാപാത്രമാണ്?
രണ്ടാമൂഴം

561. കേരളസാഹിത്യ അക്കാദമി പുരസ്കാരം നേടിയ ആദ്യ നോവൽ?
ഉമ്മാച്ചു (1958)

562. കുഞ്ഞിക്കുട്ടൻ തമ്പുരാൻ രചിച്ച സാമ്പത്തിക ശാസ്ത്ര ഗ്രന്ഥം?
ധനശാസ്ത്രകാരിക

563. മലയാള ശൈലീ നിഘണ്ടുവിന്റെ കർത്താവ്?
ടി രാമലിംഗംപിള്ള

564. കുമാരനാശാന്റെ വീണപൂവ് എന്ന ഖണ്ഡകാവ്യത്തിൽ ഉപയോഗിച്ചിരിക്കുന്ന വൃത്തം?
വസന്തതിലകം

565. 'കാന്തവൃത്തം' എന്ന വൃത്തശാസ്ത്ര ഗ്രന്ഥത്തിന്റെ കർത്താവ്?
കൊടുങ്ങല്ലൂർ കൊച്ചുണ്ണി തമ്പുരാൻ

566. 'പ്രവാസം' എന്ന നോവലിന്റെ കർത്താവ്?
എം മുകുന്ദൻ

567. 'ഗാന്ധിജയന്തി' എന്ന കൃതിയുടെ കർത്താവ്?
സിസ്റ്റർ മേരി ബനീഞ്ജ (മേരി ജോൺ തോട്ടം)

568. ഗാന്ധിഭാരതം എന്ന കൃതി രചിച്ചത്?
പാലാ നാരായണൻ നായർ

569. 'ശ്രീഗാന്ധിചരിതം' എന്ന കൃതി രചിച്ചത്?
കെ ചേന്നു

570. വൃത്തശാസ്ത്രത്തിൽ പരമാവധി ഛന്ദസ്സുകളുടെ എണ്ണമെത്ര?
ഇരുപത്തിയാറ്

571. 'പെണ്ണെഴുത്ത്' എന്ന പദം മലയാളത്തിൽ ആദ്യമായി ഉപയോഗിച്ചത്?
സച്ചിദാനന്ദൻ

572. ലോകത്തിലെ കാവ്യശാസ്ത്ര ഗ്രന്ഥമായി കരുതുന്നത്?
ദ പോയറ്റിക്സ് (അരിസ്റ്റോട്ടിൽ)

573. ഒ എൻ വി കുറുപ്പിന്റെ സ്വാഗതാഖ്യാന കവിതകൾ?
മൃഗയ, മൊസാർട്ടും സലീറിയും, സരയുവിലേക്ക്

574. കെടാമംഗലം പപ്പുകുട്ടിയെ കേരളത്തിലെ മയക്കോവ്സ്കി എന്ന് വിശേഷിപ്പിച്ചതാര്?
കേസരി എ ബാലകൃഷ്ണപിള്ള

575. ആരുടെ മരണത്തിൽ മനംനൊന്താണ് വയലാർ 'മാടവനപ്പറമ്പിലെ ചിത' എന്ന കവിത രചിച്ചത്?
കേസരി എ ബാലകൃഷ്ണപിള്ള

576. 'നാവികവേഷം ധരിച്ച പെൺകുട്ടി' ആരുടെ കഥയാണ്?
മാധവിക്കുട്ടി

577. സാമ്പത്തികാസമത്വങ്ങൾക്കെതിരെ പോരാടിയ ആദ്യ നാടകം?
പാട്ടബാക്കി (കെ ദാമോദരൻ)

578. 'അപ്പൂപ്പൻ' എന്ന നാടകത്തിന്റെ കർത്താവ്?
കാരൂർ നീലകണ്ഠപിള്ള

579. 'ശവഘോഷയാത്ര' എന്ന നാടകത്തിന്റെ കർത്താവ്?
ആനന്ദ്

580. 'ബിലാത്തിവിശേഷം' ആരുടെ യാത്രാവിവരണഗ്രന്ഥമാണ്?
കെ പി കേശവമേനോൻ

581. രാമചരിതത്തെ ആദ്യമായി ഇരാമചരിതം എന്ന് ചൊല്ലിവിളിച്ചതാര്?
ഹെർമ്മൻ ഗുണ്ടർട്ട്

582. 1898 ൽ കൊല്ലത്ത് നിന്നും പ്രസിദ്ധീകരണം ആരംഭിച്ച വിദ്യാഭ്യാസമാസികയുടെ പേര്?
ഉപാദ്ധ്യായൻ

583. എൻ കുമാരനാശാന്റെ പത്രാധിപത്യത്തിൽ തിരുവനന്തപുരത്ത് നിന്നും 1904 ൽ പ്രസിദ്ധീകരിച്ച മാസിക ഏത്?
വിവേകോദയം

584. 1989 ൽ വയലാർ അവാർഡ് ലഭിച്ച സുകുമാർ അഴീക്കോടിന്റെ തത്ത്വശാസ്ത്ര ഗ്രന്ഥം?
തത്ത്വമസി

585. മലയാളത്തിലെ ഭാവഗായകൻ എന്നറിയപ്പെടുന്ന കവി?
പാലാ നാരായണൻ നായർ

586. കുഞ്ചൻനമ്പ്യാരും രാമപാണിവാദരും ഒരാളാണെന്ന് അഭിപ്രായപ്പെട്ട ഗവേഷകർ?
ഉള്ളൂർ, എം ആർ ബാലകൃഷ്ണവാര്യർ

587. 1947 ൽ മലയാളത്തിന്റെ ആസ്ഥാനകവിയായി മദിരാശി ഗവൺമെന്റ് തിരഞ്ഞെടുത്തത് ആരെ?
വള്ളത്തോൾ നാരായണമേനോൻ

588. 'ഒരു നസ്രാണിയുവാവും ഗൗളിശാസ്ത്രവും' ആരുടെ ചെറുകഥാസമാഹാരമാണ്?
സക്കറിയ

589 ജോൺ എബ്രഹാമിനെ സ്മരിച്ചുകൊണ്ട് എ അയ്യപ്പൻ എഴുതിയ കവിത?
പച്ചത്തത്തയുടെ ജഡം

590. 'വേണാടിന്റെ ചരിത്രത്തിലെ ഒരേട്' എന്ന് വിശേഷിപ്പിക്കുന്ന ആട്ടക്കഥയേത്?
വീരമാർത്താണ്ഡവർമ്മചരിതം ആട്ടക്കഥ

591. 'പ്രിയവിലാപം' എന്ന വിലാപകാവ്യത്തിന്റെ രചയിതാവ്?
എം രാജരാജവർമ്മ

592. 'ബാപ്പുജി' എന്ന മലയാളഖണ്ഡകാവ്യം രചിച്ചതാര്?
വള്ളത്തോൾ നാരായണമേനോൻ

593. നാലപ്പാട്ട് നാരായണ മേനോന്റെ കണ്ണുനീർത്തുള്ളി എന്ന കൃതി പ്രസിദ്ധീകരിച്ചതെന്ന്?
1924

594. മലയാളത്തിൽ പതിനാലാം നൂറ്റാണ്ടിൽ വിരചിതമായി എന്ന് കരുതപ്പെടുന്ന നമ്പ്യാന്തമിഴ് കൃതികൾ?
ബ്രഹ്മാണ്ഡപുരാണം, അംബരീഷോപഖ്യാനം, ദേവീമാഹാത്മ്യം

595. സത്യവാദഖേടം എന്ന ഗദ്യപ്രബന്ധത്തിന്റെ കർത്താവ്?
റവ. ജോർജ്ജ് മാത്തൻ

596. 'നമുക്കെഴുത്തച്ഛനെടുത്ത ഭാഷാക്രമംകണക്കേ ശരണം' എന്ന് രേഖപ്പെടുത്തിയ കവി?
കുഞ്ഞിക്കുട്ടൻ തമ്പുരാൻ

597. രാമചരിതത്തിന്റെ ഭാഷാഘടനയിൽ രചിക്കപ്പെട്ടിരിക്കുന്ന കൃതി?
തിരുനിഴൽമാല

598. ഭാഷാസംക്രമണവാദം അവതരിപ്പിച്ചത്?
സി എൽ ആന്റണി

599. 'എന്റെ നാടുകടത്തൽ' എന്ന കൃതി രചിച്ചത്?
കെ രാമകൃഷ്ണപിള്ള

600. 'തീർത്ഥകാവടി' എന്ന കഥാസമാഹാരത്തിന്റെ കർത്താവ്?
സി വി ശ്രീരാമൻ

601. 'കാസ്മിയുടെ ചെരിപ്പ്' (1902) എന്ന ചെറുകഥയുടെ കർത്താവ്?
മൂർക്കോത്ത് കുമാരൻ

602. "Ezhuttacchan and his age" എന്ന പ്രബന്ധത്തിന്റെ കർത്താവ്?
ഡോ. ചേലനാട്ട് അച്യുതമേനോൻ

603. ആശ്ചര്യചൂഡാമണിയുടെ കർത്താവ്?
ശക്തിഭദ്രൻ

604. വിധേയൻ എന്ന സിനിമയ്ക്ക് അവലംബമായ സാഹിത്യകൃതി?
ഭാസ്കരപട്ടേലരും എന്റെ ജീവിതവും

605. 'Evaluation of Malayalam' എന്ന കൃതിയുടെ കർത്താവ്?
എ സി ശേഖർ

606. 'മരക്കാപ്പിലെ തെയ്യങ്ങൾ' എന്ന നോവലിന്റെ കർത്താവ്?
അംബികസുധൻ മങ്ങാട്

607. 'ബെസ്പുർക്കാന' എന്ന കൃതിയുടെ കർത്താവ്?
കെ ജെ ബേബി

608. നിന്നു എന്ന പദത്തിലെ സന്ധി?
ആദേശ സന്ധി

609. 'എനിക്കു രസമത്യാസന്നോദയ
വിചാരവിപ്ലവദൃശ്യങ്ങൾ' ഏത് കവിതയിലെ വരികളാണ് ഇത്?
അമ്പാടിയിലേക്ക് വീണ്ടും (ഇടശ്ശേരി ഗോവിന്ദൻ നായർ)

610. അർണ്ണോസ് പാതിരി രചിച്ച നിഘണ്ടു?
മലയാളം പോർച്ചുഗീസ് നിഘണ്ടു

611. 'പള്ളിവാളും കാൽച്ചിലമ്പും' എന്ന കൃതി ഏത് പേരിലാണ് സിനിമയായത്?
നിർമ്മാല്യം

612. സക്കറിയയുടെ സഞ്ചാരസാഹിത്യകൃതി?
സലാം അമേരിക്ക

613. 'ഭൂതക്കട്ട' എന്ന കവിതാസമാഹാരത്തിന്റെ കർത്താവ്?
മോഹനകൃഷ്ണൻ കാലടി

614. ചവിട്ടുനാടകം ഒരു പഠനം രചിച്ചതാര്?
സെബീന റാഫി

615. കെ ടി മുഹമ്മദിന്റെ നാടകത്രയം എന്നറിയപ്പെടുന്നത്?
സൃഷ്ടി, സ്ഥിതി, സംഹാരം

616. 'കഥാബീജം' എന്ന നാടകത്തിന്റെ കർത്താവ്?
വൈക്കം മുഹമ്മദ് ബഷീർ

617. മലയാളകാവ്യശാഖയിൽ കാൽപ്പനികത്വത്തിന് പ്രതിഷ്ഠ നൽകിയ കുമാരനാശാന്റെ ഖണ്ഡകാവ്യം?
വീണപൂവ്

618. ആട്ടപ്രകാരം, ക്രമദീപിക- കുലശേഖരകാലഘട്ടത്തിൽ ഉണ്ടായ ഈ കൃതികൾ രചിച്ചത് ആര്?
തോലൻ

619. നമ്പ്യാന്തമിഴ് ഏത് കലാരൂപത്തിന്റെ ഭാഷാവഴക്കമാണ്?
പാഠകം

620. തിരുവിതാംകൂർ ഗവൺമെന്റ് നിരോധിച്ച ആദ്യത്തെ മലയാള പത്രം?
സന്ദിഷ്ഠവാദി

621. കുമാരനാശാന്റെ അപമൃത്യുവിഷയമാക്കി രചിക്കപ്പെട്ടിട്ടുള്ള വിലാപകാവ്യങ്ങൾ?

ഒരു വിലാപം (മുതുകുളം പാർവ്വതിയമ്മ)

സന്താപസപ്തതി (എൻ സുദേവൻ നമ്പൂതിരി)

കണ്ണുനീർ (കെ രാഘവൻ നായർ)

622. എം പി പോളിന്റെ വിലാപകാവ്യം?

വിലാപം (1943 മാതൃവിയോഗം)

623. രാജശൂൽക്കം എന്ന പേര് ആദ്യം നൽകിയിരുന്ന സി എൻ ശ്രീകണ്ഠൻനായരുടെ നാടകം?

സാകേതം

624. മലയാളം ഏത് കക്ഷ്യയിൽപെട്ട ഭാഷയാണ്?

സംശ്ലിഷ്ട കക്ഷ്യ

625. സംഖ്യാ ശബ്ദകോശം രചിച്ചതാര്?

പ്രൊഫ. എൻ വി രാമചന്ദ്രൻ നായർ

626. രാമപ്പണിക്കരെ സ്പെൻസർ എന്ന് വിശേഷിപ്പിച്ചത് ആര്?

ഉള്ളൂർ എസ് പരമേശ്വരയ്യർ

627. ആദ്യത്തെ എക്സിപ്രഷനിസ്റ്റ് നാടകം

സമത്വവാദി (1944 പുളിമാനപരമേശ്വരൻപിള്ള)

628. 'മഞ്ഞത്തെച്ചി പൂങ്കുലപോലെ
മഞ്ജിമവിടരും പുലർകാലെ
നിന്നൂലളിതേ നീയെൻമുന്നിൽ
നിർവൃതിതൻ പൊൻകതിർപോലെ' ഇതിലെ അലങ്കാരം എന്ത്?

ഉൽപ്രേക്ഷ

629. നാട്യശാസ്ത്രം മലയാളത്തിലേക്ക് വിവർത്തനം ചെയ്തതാര്?

കെ പി നാരായണപ്പിഷാരടി

630. രാമചരിതത്തെക്കുറിച്ച് ആദ്യം ഗവേഷണം നടത്തിയതാര്?

ഡോ. കെ എം ജോർജ്ജ്

631. വൃത്തശാസ്ത്രമനുസരിച്ച് സർവ്വഗുരുവായ ഗണം?

മഗണം

632. നോവലുകൾ എഴുതിയിട്ടില്ലാത്ത ചെറുകഥാകൃത്ത്?

ടി പത്മനാഭൻ

633. കൊച്ചിയിലെ വൃക്ഷങ്ങൾ ആരുടെ കൃതിയാണ്?

കെ ജി ശങ്കരപ്പിള്ള

634. ഛത്രവും ചാമരവും എന്ന കൃതിയുടെ കർത്താവ്?
എം പി ശങ്കുണ്ണിനായർ

635. ഉള്ളൂരിന്റെ കർണ്ണഭൂഷണം എന്ന ഖണ്ഡകാവ്യത്തിലെ വൃത്തം?
കാകളി

636. സോളമന്റെ 'song of songs' ന് ചങ്ങമ്പുഴ കൃഷ്ണപിള്ള നടത്തിയ വിവർത്തനം?
ദിവ്യഗീതം

637. വൃത്താന്തപത്രപ്രവർത്തനത്തിന്റെ കർത്താവ്?
സ്വദേശാഭിമാനി രാമകൃഷ്ണപിള്ള

638. 'വർണ്ണരാജി' എന്ന കൃതിയുടെ കർത്താവ്?
എം ലീലാവതി

639. 'മരുഭൂമികൾ പൂക്കുമ്പോൾ' എന്ന നോവൽ പഠനഗ്രന്ഥത്തിന്റെ കർത്താവ്?
എം എൻ വിജയൻ

640. 'മർമ്മപ്രകാശം' ഏതിന്റെ വ്യാഖ്യാനമാണ്?
മയൂരസന്ദേശം

641. ഓംചേരി എന്ന തൂലികനാമത്തിൽ അറിയപ്പെടുന്നത് ആര്?
എൻ നാരായണപിള്ള

642. കേരളപാണിനി രചിച്ച മഹാകാവ്യം?
ആംഗല സാമ്രാജ്യം

643. 'Wild Duck' എന്ന പാശ്ചാത്യകൃതി 'കാട്ടുതാറാവ്' എന്ന പേരിൽ തർജ്ജുമ ചെയ്തതാര്?
ഇ എം കോവൂർ

644. വെളുത്തകുഞ്ഞ് എന്ന കഥയുടെ കർത്താവ്?
തകഴി ശിവശങ്കരപ്പിള്ള

645. ശോകഃശ്ലോകത്വമാഗതഃ ആരുടെ വരികൾ?
ആനന്ദവർദ്ധനൻ

646. 'ബ്രഹതി' ആരുടെ കൃതി?
പ്രഭാകരൻ

647. പറഞ്ഞതിൽ പാതി പതിരായിപ്പോയി എന്ന തിരിച്ചറിവ് പ്രകടിപ്പിച്ച കവി?
ബാലചന്ദ്രൻ ചുള്ളിക്കാട്

648. 'സ്നേഹമാണഖിലസാരമൂഴിയിൽ' എന്ന പ്രസ്താവനയുള്ള കുമാരനാശാന്റെ കാവ്യം?
നളിനി

649. തുളസീവനം എന്ന തൂലികനാമത്തിൽ അറിയപ്പെടുന്നത് ആര്?

ആർ രാമചന്ദ്രൻ നായർ

650. 'സംസ്കൃത ഹിമഗിരി ഗളിതാ' എന്ന് കേരള ഭാഷയെ വിശേഷിപ്പിച്ചതാര്?

കോവുണ്ണി നെടുങ്ങാടി

651. 'ദീപസ്തംഭം മഹാശ്ചര്യം എനിക്കും കിട്ടണം പണം' ആരുടെ വരികൾ?

കുഞ്ചൻ നമ്പ്യാർ

652. കുഞ്ചൻദിനമായി ആഘോഷിക്കുന്നത് എന്ന്?

മെയ് 5

653. 'ലോകമേ തറവാടു തനിക്കീച്ചെടികളും

പുൽകളും പുഴുക്കളും കൂടിത്തൻ കുടുംബക്കാർ' – ഏത് കവിതയിലെ വരികളാണിത്?

എന്റെ ഗുരുനാഥൻ

654. എ ആർ രാജരാജവർമ്മയെ അനുസ്മരിച്ചു കുമാരനാശാൻ രചിച്ച കാവ്യം?

പ്രരോധനം

655. ചമ്പകവല്ലി കഥാപാത്രമായി വരുന്ന വള്ളത്തോൾ നാരായണ മേനോന്റെ കൃതി?

കൊച്ചുസീത

656. മലയാളത്തിലെ 'ഇബ്സൺ' എന്ന് അറിയപ്പെടുന്ന സാഹിത്യകാരൻ?

എൻ കൃഷ്ണപിള്ള

657. 'ഹാ! വിജിഗീഷു മൃത്യുവിന്നാമോ ജീവിതത്തിൻ കൊടിപ്പടം താഴ്ത്താൻ' ഈ വരികൾ ആരുടേത്?

വൈലോപ്പിള്ളി ശ്രീധരമേനോൻ

658. കൊല്ലവർഷം രേഖപ്പെടുത്തിയിട്ടുള്ള ആദ്യത്തെ രേഖ?

ശ്രീവല്ലഭൻകോതയുടെ മാമ്പള്ളി ശാസനം

659. ഉത്പത്തിവാദത്തിന്റെ അവതാരകൻ?

ഭട്ടല്ലോല്ലടൻ

660. 'കാറ്റേ നീ വീശരുതിപ്പോൾ കാറേ നീ പെയ്യരുതിപ്പോൾ' എന്നു തുടങ്ങുന്ന കവിത രചിച്ചത് ആര്?

തിരുനല്ലൂർ കരുണാകരൻ

661. കേരളവർമ്മ വലിയ കോയിത്തമ്പുരാന്റെ 'മയൂരസന്ദേശ'ത്തിന് അവതാരിക എഴുതിയത് ആര്?

എ ആർ രാജരാജവർമ്മ

662. ഓമഞ്ചി ഏതു നോവലിലെ കഥാപാത്രമാണ്?
ഒരു തെരുവിന്റെ കഥ

663. കുമാരനാശാന്റെ ജീവിതത്തെ അടിസ്ഥാനമാക്കി എം കെ സാനു എഴുതിയ ജീവചരിത്രഗ്രന്ഥം?
മൃത്യുഞ്ജയം കാവ്യജീവിതം

664. 'മഴയങ്ങും കുടയിങ്ങും' ആരുടെ പ്രഹസനം?
പി കേശവദേവ് (1952)

665. കോടച്ചി എന്ന കഥാപാത്രം ഏത് കൃതിയിലേതാണ്?
ഖസാക്കിന്റെ ഇതിഹാസം (ഒ വി വിജയൻ)

666. 'ഒറ്റപ്പാലം' ആരുടെ കഥാസമാഹാരം?
എസ് വി വേണുഗോപൻ നായർ

667. 'തങ്കമ്മ' എന്ന കഥാപാത്രം പ്രത്യക്ഷപ്പെടുന്ന തകഴി ശിവശങ്കരപ്പിള്ളയുടെ നോവൽ?
ഏണിപ്പടികൾ

668. ചങ്ങമ്പുഴ കൃഷ്ണപിള്ള രചിച്ച നാടകം?
ദേവയാനി

669. കേന്ദ്രസാഹിത്യഅക്കാദമി പുരസ്കാരം നേടിയ ആദ്യമലയാള കൃതി?
ഭാഷാസാഹിത്യ ചരിത്രം (ആർ നാരായണപ്പണിക്കർ 1955)

670. വർത്തമാന പുസ്തകം പ്രസിദ്ധീകരിച്ച വർഷം?
1786

671. രാമചരിതത്തിന് ആ സംജ്ഞ നൽകിയത്?
ഹെർമ്മൻ ഗുണ്ടർട്ട്

672. 'ബധിരവിലാപം' എന്ന കൃതിയിലെ വൃത്തം?
പുഷ്പിതാഗ്ര

673. ഉദയം പേരൂർ സുനഹദോസ് നടന്ന വർഷം?
1599

674. ഉദാത്തതാ സിദ്ധാന്തത്തിന്റെ ഉപജ്ഞാതാവ്?
ലോംഗിനസ്

675. ഭാഷാഭഗവദ്ഗീതയുടെ കർത്താവ്?
മലയിൻകീഴ് മാധവൻ

676. കുഷ്ഠരോഗിയെ കേന്ദ്രകഥാപാത്രമാക്കി തോപ്പിൽഭാസി രചിച്ച നാടകം?
അശ്വമേധം

677. ഉമാകേരളം മഹാകാവ്യത്തിന് ജി ശങ്കരക്കുറുപ്പ് തയ്യാറാക്കിയ ഗദ്യ പരിഭാഷ?

രാജനന്ദിനി

678. മെറ്റാക്രിട്ടിസിസം എന്താണ്?

നിരൂപണ നിരൂപണം

679. 'ചിരിയും ചിന്തയും' എഴുതിയതാര്?

ഇ വി കൃഷ്ണപിള്ള

680. പുളിങ്കുരു, കരിമ്പുലി ഇവയിൽ വ്യാപരിക്കുന്ന സന്ധി?

ആദേശസന്ധി

681. തമിഴിന്റെ വാമൊഴി രൂപം?

കൊടുന്തമിഴ്

682. പൂർവ്വപദത്തിലെ ലിംഗ വചന പ്രത്യയങ്ങൾക്ക് ലോപമില്ലാത്ത സമാസം?

അലുപ്തസമാസം

683. 'അം'അംഗപ്രത്യയമായിക്കണ്ട പണ്ഡിതൻ?

ഡോ. റോബർട്ട് കാഡ്വൽ (Dr. Robert Caldwell)

684. 'ലന്തൻ ബത്തേരിയിലെ ലുത്തിനിയകൾ' ആരുടെ നോവലാണ്?

എൻ എസ് മാധവൻ

685. അർത്ഥം പ്രമാണിച്ചുള്ള ക്രിയാവിഭജനം?

സകർമ്മകം-അകർമ്മകം

686. 'മൃഗശിക്ഷകൻ' എന്ന കവിത എഴുതിയത്?

വിജയലക്ഷ്മി

687. മഹാകാവ്യ പ്രസ്ഥാനത്തിൽ സാമൂഹ്യവിഷയം കൈകാര്യം ചെയ്യുന്ന ഏക കൃതി?

ജീവിതയാത്ര (കോതല്ലൂർ ജോസഫ്)

688. കഥയെഴുതിയതിന് ജയിൽവാസമനുഭവിച്ച ചെറുകഥാകൃത്ത്?

പൊൻകുന്നം വർക്കി

689. മലയാളത്തിലെ ആദ്യത്തെ ചെറുകഥ?

വാസനാകൃതി

690. 'ശിവാനന്ദ ലഹരി' എന്ന കൃതിയുടെ കർത്താവ്?

ശങ്കരാചാര്യർ

691. 'പാഥസാം നിചയം വാർന്നൊഴിഞ്ഞളവു
സേതുബന്ധനോദ്യോഗമെന്തെടോ' – ഈ വരികളിലെ അലങ്കാരം?

അപ്രസ്തുതപ്രശംസ

692. 'മൂന്നരുവിയും ഒരു പുഴയും' എന്ന ഖണ്ഡകാവ്യത്തിന്റെ കർത്താവ്?

ജി ശങ്കരക്കുറുപ്പ്

693. എം ടി വാസുദേവൻ നായരുടെ ഏതു ചെറുകഥയാണ് 'മുറപ്പെണ്ണ്' എന്ന സിനിമയ്ക്ക് ആധാരം?

സ്നേഹത്തിന്റെ മുഖങ്ങൾ

694. 'ദൈവത്തിന്റെ കണ്ണ്' ആരുടെ നോവലാണ്?

എൻ പി മുഹമ്മദ്

695. 'കാതറീൻ' ഏതു നോവലിലെ കഥാപാത്രമാണ്?

കൈമുദ്രകൾ

696. 'പൂവമ്പഴം' എന്ന പേരിൽ കഥകളെഴുതിയ കഥാകൃത്തുകൾ?

വൈക്കം മുഹമ്മദ് ബഷീർ, കാരൂർ നീലകണ്ഠപിള്ള

697. 'അർദ്ധവിരാമങ്ങൾ' ആരുടെ കവിതാസമാഹാരമാണ്?

ഒ എൻ വി കുറുപ്പ്

698. കുലശേഖര ആഴ്‌വാരുടെ 'മുകുന്ദമാല' യ്ക്ക് 'താല്പര്യദീപിക' എന്ന വ്യാഖ്യാനം എഴുതിയതാര്?

രാഘവാനന്ദൻ

699. 'ആന്റി പ്ലേ' എന്നറിയപ്പെടുന്ന സി ജെ തോമസിന്റെ നാടകം?

1128 ക്രൈം 27

700. പാർത്ഥിവപുരം ശാസനത്തിന്റെ മറ്റൊരു പേര്?

ഹജ്ജൂർ ശാസനം

701. തകഴി ശിവശങ്കരപ്പിള്ളയുടെ മനഃശാസ്ത്രനോവലായി കേസരി എ ബാലകൃഷ്ണപിള്ള വിലയിരുത്തുന്ന കൃതി?

പരമാർത്ഥങ്ങൾ

702. വൈലോപ്പിള്ളിയുടെ ഓണപ്പാട്ടുകാർക്ക് അവതാരിക എഴുതിയത്?

എം എൻ വിജയൻ

703. സി ജെ തോമസ് എഴുതിയ നാടകലക്ഷണഗ്രന്ഥം?

നീഷേ

704. 'കേളീസൗധം' ആരുടെ കഥാസമാഹാരമാണ്?

ഇ വി കൃഷ്ണപിള്ള

705. 'മാപ്പിള മലയാളം' എന്ന പുസ്തകം രചിച്ചത്?

കെ ഒ ഷംസുദ്ദീൻ

706. ലീലാതിലകത്തിൽ രസം ചർച്ച ചെയ്യുന്നത് എത്രാമത്തെ ശില്പത്തിൽ?

8–ാം ശില്പത്തിൽ

707. 'ഭാരതദീപിക' ഏതു കൃതിയുടെ വ്യാഖ്യാനമാണ്?
ഭാരതംപാട്ട്

708. 'കേരളത്തിന്റെ ശാകുന്തളം' എന്ന് വാഴ്ത്തപ്പെടുന്നത് ഉണ്ണായി വാര്യരുടെ ഏത് കൃതിയേയാണ്?
നളചരിതം ആട്ടക്കഥ

709. 'കാലാഹിനാ പരിഗ്രസ്തമാം ലോകവു-
മാലോല ചേതസാ ഭോഗങ്ങൾ തേടുന്നു' – ഈ വരികളിലെ അലങ്കാരം?
രൂപകം

710. കുഞ്ചൻ നമ്പ്യാർ രചിച്ച ഹംസപ്പാട്ടേത്?
വിഷ്ണുഗീതി

711. 'കുഴിയാനകൾ' ആരുടെ കൃതി?
കെ വി തമ്പി

712. കിളിപ്പാട്ട് വൃത്തങ്ങൾക്ക് പേരും ലക്ഷണവും നിർദ്ദേശിച്ച ആദ്യ പണ്ഡിതൻ?
എ ആർ രാജരാജവർമ്മ

713. കാവ്യജീവിതവൃത്തി ഏതു ശാഖയിൽപ്പെട്ട കൃതിയാണ്?
വിമർശനം

714. 1942 കൊണ്ടവസാനിക്കുന്ന മൂന്നു ദശകങ്ങളുടെ കാലമാനമുള്ള നോവൽ?
കയർ

715. കുഞ്ചൻ നമ്പ്യാരുടെ 'കല്യാണ സൗഗന്ധികം' ഏതു തരം തുള്ളൽ കൃതിയാണ്?
ശീതങ്കൻ തുള്ളൽ

716. വഞ്ചിപ്പാട്ടു രീതിയിൽ രചിക്കപ്പെട്ടിട്ടുള്ള കുമാരനാശാന്റെ കൃതി?
കരുണ

717. രാമായണം പൂർണ്ണമായും മലയാളത്തിൽ പാടിയ ആദ്യ കവി?
നിരണത്തു രാമപ്പണിക്കർ

718. നമ്പ്യാത്തമിഴ് മണിപ്രവാളമല്ലാത്തതിനു കാരണം?
വിഭക്ത്യന്ത സംസ്കൃതത്തിന്റെ അഭാവം

719. 'ഹാസ്യ ലഹരി' എന്ന ഗ്രന്ഥത്തിന്റെ കർത്താവ്?
സീതാരാമൻ എന്ന പി പി ശ്രീധരൻപിള്ള

720. ചെറുകാടിന്റെ ആത്മകഥയുടെ പേര്?
ജീവിതപ്പാത

721. 'സക്കറിയയുടെ യേശു' ആരുടെ കൃതി?
സക്കറിയ

722. 'അമ്പത്തൊന്നക്ഷരാളീ കലിതതനുലതേ വേദമാകുന്ന ശാഖി–
ക്കൊമ്പത്തമ്പോടു പൂക്കും കുസുമതതിയിലേന്തുന്ന
പൂന്തേൻ കുഴമ്പേ' – കൃതി, കർത്താവ്, വൃത്തം എന്നിവ എഴുതുക?
നൈഷധം ചമ്പു – മഴമംഗലം നാരായണൻ നമ്പൂതിരി – സ്രഗ്ദ്ധര

723. 'ആലാഹയുടെ പെൺമക്കൾ' എന്ന കൃതിയുടെ കർത്താവ്?
സാറാ ജോസഫ്

724. മാലി എന്ന തൂലിക നാമത്തിൽ അറിയപ്പെടുന്നത് ആര്?
മാധവൻ നായർ

725. 'ഹൃദയസ്മിതം' ആരുടെ കൃതി?
ഇടപ്പള്ളി രാഘവൻപിള്ള

726. 'സഫലമീയാത്ര' എന്ന കൃതിയുടെ കർത്താവ്?
എൻ എൻ കക്കാട്

727. ജി ശങ്കരക്കുറുപ്പിന് ജ്ഞാനപീഠം പുരസ്കാരം ലഭിച്ച വർഷം?
1966

728. 'കടിഞ്ഞൂൽ പൊട്ടൻ' ആരുടെ കൃതിയാണ്?
കടമ്മനിട്ട

729. 'അപ്പുവിന്റെ അന്വേഷണം' എന്ന കൃതിയുടെ കർത്താവ്?
ഡോ. എം ലീലാവതി

730. 'ഒരു സങ്കീർത്തനം പോലെ' എന്ന നോവലിന്റെ കർത്താവ്?
പെരുമ്പടവം ശ്രീധരൻ

731. 'പുഴ കടന്ന് മരങ്ങളുടെ ഇടയിലേക്ക്' എന്ന ചെറുകഥാസമാഹാരത്തിന്റെ കർത്താവ്?
ടി പത്മനാഭൻ

732. ആദ്യത്തെ പ്രശ്ന നാടകം?
കന്യക

733. 1990 ൽ വയലാർ അവാർഡ് നേടിയ സി രാധാകൃഷ്ണന്റെ നോവൽ?
മുമ്പേ പറക്കുന്ന പക്ഷികൾ

734. 1973 ൽ വയലാർ അവാർഡ് നേടിയ മലയാളത്തിലെ ഏറ്റവും വലിയ നോവൽ?
അവകാശികൾ

735. 'മാറ്റുവിൻ ചട്ടങ്ങളെ സ്വയമല്ലെങ്കിൽ
മാറ്റുമതുകളീ നിങ്ങളെ താൻ'
കുമാരനാശാന്റെ ഏത് കൃതിയിലെ വരികളാണിത്?
ദുരവസ്ഥ

736. സാവിത്രി, ചാത്തൻ ഈ കഥാപാത്രങ്ങൾ കുമാരനാശാന്റെ ഏത് കൃതിയിലാണ്?
ദുരവസ്ഥ

737. ചിലപ്പതികാരത്തിന്റെ കർത്താവ്?
ഇളങ്കോവടികൾ

738. 'പെരിയപുരാണം' രചിച്ചതാര്?
ചേക്കിഴാർ (ഭക്തിസാഹിത്യം)

739. താലികെട്ട് കല്യാണത്തിന് പ്രാചീനകാലത്ത് പറഞ്ഞിരുന്ന പേരെന്ത്?
പന്തൽ പറ്റ്

740. വീര, വീരാട, കുമാര വിഭോ എന്ന് ആരംഭിക്കുന്ന കുമ്മി ഏത് ആട്ടക്കഥയിലേതാണ്?
ഉത്തരാസ്വയംവരം

741. 'ആവേ മരിയ' ആരുടെ ചെറുകഥയാണ്?
കെ ആർ മീര

742. പി ഭാസ്കരൻ 'ആടുന്ന മൺതരികൾ' എന്ന കാവ്യം രചിച്ചത്, ഏത് കവിയുടെ മരണത്തിൽ മനംനൊന്താണ്?
ചങ്ങമ്പുഴ കൃഷ്ണപിള്ള

743. ഉള്ളൂരിന്റെ 'ഉമാകേരള'ത്തിൽ എത്ര സർഗ്ഗങ്ങൾ ഉണ്ട്?
19 സർഗ്ഗങ്ങൾ

744. പയ്യന്നൂർ പാട്ടിന് വില്ല്യം ലോഗൻ നൽകിയ പേര്?
പയ്യന്നൂർ പട്ടോല

745. 'എന്റെ വഴിയമ്പലങ്ങൾ' ആരുടെ ആത്മകഥയാണ്?
എസ് കെ പൊറ്റെക്കാട്ട്

746. മലയാളത്തിലെ രസനമൂല സ്വരങ്ങൾ (back vowels)
ഉ, ഒ

747. അർത്ഥാപത്തി ഏത് വിഭാഗത്തിൽപ്പെടുന്ന അലങ്കാരമാണ്?
വാസ്തവോക്തി

748. ഭാഷാശാസ്ത്രത്തിലെ വിവരണാത്മകരീതിയുടെ കർത്താവ്?
ബ്ലൂം ഫീൽഡ്

749. 'പൊടിച്ചി' എന്ന lyrical നോവൽ രചിച്ചത്?
ഡി വിനയചന്ദ്രൻ

750. 'ശൂന്യതയിൽ നിന്നും ജനിച്ച ഞാൻ
ശൂന്യതതന്നടിയിലടിയണം' - ആരുടെ വരികൾ?
ഇടപ്പള്ളി രാഘവൻപിള്ള

751. നാടകനടന് വേണ്ടാത്തതും ചലച്ചിത്രനടന് ആവശ്യവുമായ അഭിനയഗുണം?
ആരോപിതം

752. 'ഒരു ചിത്രകഥയിലെ നായാട്ടുകാർ' ആരുടെ കഥാസമാഹാരമാണ്?
സന്തോഷ് ഏച്ചിക്കാനം

753. വള്ളത്തോൾ 'ചിത്രയോഗം' രചിക്കാൻ കഥ സ്വീകരിച്ചത് എവിടെ നിന്ന്?
കഥാസരിത്സാഗരം

754. കേരള പാണനീയം ആദ്യം പ്രസിദ്ധീകരിച്ച വർഷം?
1896

755. 'മേഘദൂത്' തിരുനെല്ലൂർ കരുണാകരൻ വിവർത്തനം ചെയ്തത് ഏത് വൃത്തത്തിലാണ്?
പാനവൃത്തം

756. 'വിധാതാവിന്റെ ചിരി' എന്ന കഥയുടെ കർത്താവ്?
കെ പി രാമനുണ്ണി

757. ജി ശങ്കരക്കുറുപ്പിന്റെ 'ഓടക്കുഴ'ലിന് അവതാരിക എഴുതിയതാര്?
എസ് ഗുപ്തൻനായർ

758. പാഞ്ചാലിയെന്ന കഥാകവിത രചിച്ചതാര്?
ഒളപ്പമണ്ണ

759. തിരുനിഴൽമാലയുമായി ബന്ധപ്പെട്ട കലാരൂപം?
നിഴൽക്കൂത്ത്

760. വീണപൂവ് മിതവാദിയിൽനിന്നും കണ്ടെടുത്ത് ഭാഷാപോഷിണിയിൽ പുനഃപ്രകാശിപ്പിച്ചതാര്?
സി എസ് സുബ്രഹ്മണ്യൻ പോറ്റി

761. പ്രാചീന മണിപ്രവാളത്തിലെ അവസാന കൃതി?
ചന്ദ്രോത്സവം

762. പാട്ടിലെ എതുക എന്നതുകൊണ്ട് അർത്ഥമാക്കുന്നത് എന്ത്?
ദ്വിതിയാക്ഷരപ്രാസം

763. 'പാണ്ഡ്യഭാഷാസാരൂപ്യം ബാഹുല്യേന കേരളഭാഷയിലുള്ള പാട്ടിൽ' –എന്ന് പാട്ടിലെ ഭാഷയെക്കുറിച്ച് അഭിപ്രായപ്പെടുന്നതാര്?
ലീലാതിലകകാരൻ

764. വാത്മീകിരാമായണത്തെയും കമ്പരാമായണത്തെയും അനുകരിച്ച് കാവ്യരചന നടത്തിയ കൃതി?
രാമചരിതം

765. കൊല്ലവർഷം 8–ാം ശതകത്തിലെ തിരുവിതാംകൂർ രാജകുടുംബത്തിലെ ആഭ്യന്തരകലഹം വർണ്ണിക്കുന്ന പാട്ടുകൃതി?
അഞ്ചു തമ്പുരാൻപാട്ട്

766. ലീലാതിലകത്തിന് സമ്പൂർണ്ണ തർജ്ജുമ നടത്തിയതാര്?
ആറ്റൂർ കൃഷ്ണപ്പിഷാരടി

767. ഗദ്യ പദ്യമയം കാവ്യം ചമ്പൂരിത്യഭിധീയതേ എന്ന് വിശ്വനാഥ പണ്ഡിതൻ ഏത് കൃതിയിലാണ് അഭിപ്രായപ്പെട്ടിരിക്കുന്നത്?
സാഹിത്യദർപ്പണം

768. ചന്ദ്രോത്സവക്കാരനെ പത്തൽ കൊണ്ട് സമ്മാനിക്കണം എന്ന് അഭിപ്രായപ്പെട്ടതാര്?
ആർ നാരായണപ്പണിക്കർ

769. പ്രാഞ്ജലി വ്യാഖ്യാനത്തോടുകൂടി നൈഷധം ചമ്പു പ്രസിദ്ധപ്പെടുത്തിയതാര്?
പത്മനാഭമേനോൻ

770. 'ചിതൽ വരും കാലം' എന്ന കവിതാ സമാഹാരത്തിന്റെ കർത്താവ്?
ദേശമംഗലം രാമകൃഷ്ണൻ

771. 'മലയാളം സ്വത്വവും വിനിമയവും' എന്ന ഭാഷാശാസ്ത്ര ഗ്രന്ഥത്തിന്റെ കർത്താവ്?
ഡോ. പി എം ഗിരീഷ്

772. 'മലയാള അച്ചടിമാദ്ധ്യമം ഭൂതവും വർത്തമാനവും' എന്ന പഠന ഗ്രന്ഥത്തിന്റെ കർത്താവ്?
എം ജയരാജ്

773. കുചേലവൃത്തം വഞ്ചിപ്പാട്ട് ദ്രുതകവനമെന്ന് വാദിച്ചതാര്?
പി ദാമോദരൻപിള്ള

774. 'മനുഷ്യനു ഒരു ആമുഖം' എന്ന നോവലിന്റെ കർത്താവ്?
സുഭാഷ് ചന്ദ്രൻ

775. 'യുദ്ധത്തിന്റെ ചിഹ്നം' എന്ന കവിതാ സമാഹാരത്തിന്റെ കർത്താവ്?
എ അയ്യപ്പൻ

776. 'രാഷ്ട്രീയം' എന്ന കവിതാസമാഹാരത്തിന്റെ കർത്താവ്?
കുഞ്ഞുണ്ണി

777. 'മറുപിറവി' എന്ന നോവലിന്റെ കർത്താവ്?
സേതു

778. 'മഴ പെയ്യുന്നു മദ്ദളം കൊട്ടുന്നു' എന്ന കവിതാസമാഹാരത്തിന്റെ കർത്താവ്?
കടമ്മനിട്ട രാമകൃഷ്ണൻ

779. മലയാളം പോർച്ചുഗീസ് നിഘണ്ടുവിന്റെ കർത്താവ്?
അർണ്ണോസ് പാതിരി

780. 'A Malayalam and English Dictionary' രചിച്ചതാര്?
ഡോ. ഹെർമ്മൻ ഗുണ്ടർട്ട്

781. പശ്ചിമോദയത്തിന്റെ പത്രാധിപർ?
എഫ് മുള്ളർ

782. ദേവനാഗരി ലിപിയിലുള്ള അച്ചടി കേരളത്തിൽ ആദ്യമായി ആരംഭിച്ച പ്രസ്?
കേരളമിത്രം

783. ശൈലീപ്രതാപത്തിന്റെ കർത്താവ്?
വടക്കുംകൂർ രാജരാജവർമ്മ

784. 'മാധവന്റെ മഹാകാവ്യം' എന്ന കൃതി രചിച്ചതാര്?
മാടശ്ശേരി മാധവവാര്യർ

785. 'ശ്രീചിത്രോദയം' എന്ന കൃതിയുടെ കർത്താവ്?
കുമ്മനം ഗോവിന്ദപ്പിള്ള

786. സംബോധനാസമരം മൂലൂർ എസ് പത്മനാഭപ്പണിക്കരും ആരും തമ്മിലായിരുന്നു?
നടുവത്ത് മഹൻ നമ്പൂതിരി

787. ജാതിക്കുമ്മി രചിച്ചതാര്?
കെ പി കറുപ്പൻ

788. ഗാന്ധിചരിതം തുള്ളൽ രചിച്ചതാര്?
ഒ എം സി നമ്പൂതിരിപ്പാട്

789. കുമാരനാശാന്റെ വിമർശനത്തിന് വിധേയമായ വള്ളത്തോൾ കൃതി?
ചിത്രയോഗം

790. മലയവിലാസം എഴുതിയ വർഷം?
1895

791. ആരോഗ്യനികേതനം മലയാളത്തിലേക്ക് തർജ്ജുമ ചെയ്തതാര്?
നിലീന എബ്രഹാം

792. വൈലോപ്പിള്ളി രചിച്ച കാവ്യനാടകം?
മൃതസഞ്ജീവനി

793. 'കുടിയൊഴിക്കൽ' എന്ന കവിതാസമാഹാരത്തിന് അവതാരിക എഴുതിയത് ആര്?
എൻ വി കൃഷ്ണവാരിയർ

794. 'മേഘരൂപൻ' എന്ന കവിതാസമാഹാരത്തിന്റെ കർത്താവ്?
ആറ്റൂർ രവിവർമ്മ

795. ആർ നാരായണപ്പണിക്കർ രചിച്ച നോവലേത്?
അന്നപൂർണ്ണാലയം

796. 'വ്യവഹാരമാല' പ്രസിദ്ധമായ തന്റെ നോവലിന് നൽകാൻ ഗ്രന്ഥകാരൻ നിശ്ചയിച്ചിരുന്ന പേരാണ്. ഏതാണ് നോവൽ?
ശാരദ

797. ഇന്ദുലേഖയുടെ ഇംഗ്ലീഷിലുള്ള ചിരിയിൽ ഒരു യുഗപ്പിറവിയുടെ പ്രഭാവകാന്തിയാണുള്ളതെന്ന് വിലയിരുത്തിയതാര്?
തായാട്ട് ശങ്കരൻ

798. മലയാളത്തിലെ ആദ്യത്തെ എക്സിസ്റ്റൻഷലിസ്റ്റ് കൃതിയാണ് ശബ്ദങ്ങൾ എന്ന് അഭിപ്രായപ്പെട്ടതാര്?
ഡോ. കെ എം തരകൻ

799. മനോരമാവിജയം നാടകം രചിച്ചതാര്?
വയസ്കര മൂസ്സ് (1891)

800. മലയാളത്തിലെ ആദ്യത്തെ പരീക്ഷണ നാടകം?
അടുക്കളയിൽ നിന്നും അരങ്ങത്തേക്ക്

801. ദ്രാവിഡഭാഷകളെക്കുറിച്ച് ആദ്യമായി സമഗ്രമായ ഗവേഷണം നടത്തിയത് ആര്?
ഡോ. റോബർട്ട് കാഡ്വൽ

802. ലീലാതിലകം ഏത് ശില്പത്തിലാണ് പാട്ടിന് ലക്ഷണം നല്കിയിരിക്കുന്നത്?
ഒന്നാം ശില്പത്തിൽ അവസാനം

803. തിരുനെല്ലിയെക്കുറിച്ച് പരാമർശമുള്ള പ്രാചീനകൃതി?
ഉണ്ണിയച്ചീചരിതം

804. 'ചക്കീചങ്കരം' എന്ന നാടകം രചിച്ചത്?
മുൻഷി രാമക്കുറുപ്പ്

805. വയനാടിന്റെ പശ്ചാത്തലത്തിൽ പി വത്സല രചിച്ച നോവൽ?
നെല്ല്
806. 'സമത്വവാദി' എന്ന നാടകം ഏതുവിഭാഗത്തിൽപ്പെടുന്നു?
പ്രശ്നനാടകം
807. ഭാഷാപോഷിണി സഭയുടെ സ്ഥാപകൻ?
കണ്ടത്തിൽ വർഗ്ഗീസ് മാപ്പിള
808. ഉണ്ണിയാടീചരിതത്തിന്റെ കർത്താവ്?
ദാമോദരചാക്യർ
809. 'മാന്ത്രികപ്പൂച്ച' ആരെഴുതിയ നോവൽ?
വൈക്കം മുഹമ്മദ് ബഷീർ
810. 'കൃഷ്ണഗാഥാനിരൂപണം' ആരുമായി ബന്ധപ്പെട്ടിരിക്കുന്നു?
സാഹിത്യപഞ്ചാനനൻ പി കെ നാരായണപിള്ള
811. 'നളചരിത' ത്തിലെ അംഗിയായ രസം?
ശൃംഗാരം
812. കേരളവർമ്മയുടെ നിരൂപണപദ്ധതി?
പോഷകനിരൂപണം
813. വിനയച്ചങ്ങൾ എത്രവിധം?
അഞ്ച്
814. എം ആർ കെ സി എന്നറിയപ്പെടുന്നത്?
സി കുഞ്ഞിരാമമേനോൻ
815. 'കാവ്യം സുഗേയം കഥ രാഘവീയം
കർത്താവ് തുഞ്ചത്തുളവായ ദിവ്യൻ' ഇതാരുടെ വരികൾ?
വള്ളത്തോൾ നാരായണമേനോൻ
816. പത്മശ്രീപുരസ്കാരം നിരസിച്ച കേരളീയൻ?
കെ കേളപ്പൻ
817. ദ്രാവിഡമൂലഭാഷയ്ക്ക് ആറ്റൂർ കൃഷ്ണപ്പിഷാരടി നൽകിയ പേര്?
മുത്തമിഴ്
818. 'തോട്ടി' എന്ന നോവൽ എഴുതിയതാര്?
നാഗവള്ളി ആർ എസ് കുറുപ്പ്
819. ആദ്യമായി വയലാർ അവാർഡ് ലഭിച്ച കൃതി?
അഗ്നിസാക്ഷി
820. 'ശ്രീചക്രം' ആരുടെ ചെറുകഥയാണ്?
കാക്കനാടൻ

821. മലയാളത്തിലെ ഉത്തമപുരുഷ സർവ്വനാമം ഏത്?
ഞാൻ

822. 'Theory of Aesthetics' ആരുടെ കൃതി?
ക്രോച്ചേ

823. മലയാളത്തിലെ ആദ്യത്തെ ബാലനാടകം?
ബാലഗോപാലൻ (കുട്ടമത്ത് കുഞ്ഞികൃഷ്ണക്കുറുപ്പ്)

824. 'ദൈവവിളി' എന്ന ചെറുകഥ എഴുതിയതാര്?
സിതാര എസ്

825. 'നാടകവും സിനിമയും ബഹുസ്വരവായനകൾ' എന്ന ഗ്രന്ഥത്തിന്റെ അവതാരകൻ?
ഡോ. സി ജി രാജേന്ദ്രബാബു

826. വർത്തമാന പുസ്തകം രചിച്ച വർഷം?
1785

827. ഹോർത്തൂസ് മലബാറിക്കസിന്റെ മറ്റൊരുപേര്?
കേരളാരാമം

828. 'സ്കൂൾ ഡയറി' എന്ന ഗ്രന്ഥത്തിന്റെ കർത്താവ്?
അക്ബർ കക്കട്ടിൽ

829. 'ചെണ്ട' എന്ന ബാലസാഹിത്യകൃതിയുടെ കർത്താവ്?
സിപ്പി പള്ളിപ്പുറം

830. 'മഞ്ഞവെയിൽ മരണങ്ങൾ' എന്ന നോവലിന്റെ കർത്താവ്?
ബെന്യാമിൻ

831. 'പുലിജന്മം' എന്ന നാടകത്തിന്റെ കർത്താവ്?
എൻ പ്രഭാകരൻ

832. 'ഫ്രാൻസിസ് ഇട്ടിക്കോര' എന്ന നോവലിന്റെ കർത്താവ്?
ടി ഡി രാമകൃഷ്ണൻ

833. സംക്ഷേപവെദാർത്ഥത്തിന്റെ കർത്താവ്?
ഫാദർ ക്ലെമന്റ് പിയാനിസ്

834. മലയാളി മലയാളഭാഷയിൽ രചിച്ച ആദ്യത്തെ വ്യാകരണഗ്രന്ഥം?
മലയാൺമയുടെ വ്യാകരണം

835. ദീപികാപത്രത്തിന്റെ ആദ്യത്തെ പേര്?
നസ്രാണി

836. 'കേരളപത്രപ്രവർത്തനചരിത്രം' എന്ന ഗ്രന്ഥം രചിച്ചത്?
പുതുപ്പള്ളി രാഘവൻ

837. 'നളചരിതസാരശോധന' ആരുടെ കൃതിയാണ്?
ഹെർമ്മൻ ഗുണ്ടർട്ട്

838. കേരളത്തിലെ ഒന്നാമത്തെ വനിതാമാസിക?
കേരളീയ സുഗുണബോധിനി (1886)

839. 'തീയരുടെ ബൈബിൾ' എന്ന് പരിഹസിച്ച് വിളിക്കപ്പെട്ട മാസിക?
മിതവാദി

840. പ്രാസനിർബ്ബന്ധം പാലിച്ചുകൊണ്ട് മഹാകാവ്യപ്രസ്ഥാനത്തിലുണ്ടായ പ്രധാന കൃതി?
ഉമാകേരളം

841. ക്രിസ്തുഗാഥയുടെ കർത്താവ്?
മാത്യു ഉലകൻതറ

842. രത്നപ്രഭ എന്ന കൃതിയുടെ കർത്താവ്?
പന്തളം രാഘവവർമ്മ തമ്പുരാൻ

843. കേരളവർമ്മ രചിച്ച മഹാകാവ്യം?
വിശാഖ വിജയം (1889)

844. കിളിപ്പാട്ടുരീതിയിൽ കുമാരനാശാൻ രചിച്ച കാവ്യം?
കളകണ്ഠഗീത

845. പ്രാസവാദത്തിൽ സ്വമതസ്ഥാപനത്തിനുവേണ്ടി എ ആർ ആദ്യം നടത്തിയ വിവർത്തനം?
മേഘദൂതം

846. എ ആറിന്റെ മലയാളവിലാസത്തെ ഏതുപേരിലാണ് കുമാരനാശാൻ വിവേകോദയത്തിൽ പരാമർശിക്കുന്നത്?
മലയാദ്രി

847. ആദ്യമായി മലയാളത്തിൽ ചെറുകഥയ്ക്ക് കേന്ദ്രസാഹിത്യഅക്കാദമി അവാർഡ് നേടിയ പുസ്തകത്തിന്റെ പേരെന്ത്?
പയ്യൻകഥകൾ (വി കെ എൻ)

848. കൊറുമ്പിയമ്മ ഏതു നോവലിലെ കഥാപാത്രമാണ്?
മയ്യഴിപ്പുഴയുടെ തീരങ്ങളിൽ

849. 'ആദ്യകിരണങ്ങൾ' എന്ന നോവലിന്റെ കർത്താവ്?
പാറപ്പുറത്ത്

850. 'കോട്ടയിലെ പാട്ട്' ആരുടെ കവിതാസമാഹാരമാണ്?
പുനലൂർ ബാലൻ

851. നിരൂപണത്തിന് ആദ്യമായി കേന്ദ്രസാഹിത്യ അക്കാദമി അവാർഡ് നേടിയ കൃതി?
കല ജീവിതം തന്നെ

852. സർദാർ കെ എം പണിക്കർക്ക് 'സർദാർ' എന്ന സ്ഥാനപ്പേര് നൽകിയതാര്?

പാട്ട്യാല മഹാരാജാവ്

853. ബഷീറിന്റെ കൃതികൾ ഇംഗ്ലീഷിലേക്ക് വിവർത്തനം ചെയ്ത വിദേശീയൻ?

ആർ ഇ ആഷർ

854. ഗ്രന്ഥശാലാസംഘത്തിന്റെ മുഖപത്രം?

ഗ്രന്ഥാലോകം

855. അശ്വമേധം എന്ന തോപ്പിൽഭാസിയുടെ നാടകത്തിന്റെ രണ്ടാം ഭാഗം?

ശരശയ്യ

856. 'ഭാരതീയം' എന്ന കവിതാസമാഹാരത്തിന്റെ കർത്താവ്?

വി മധുസൂദനൻ നായർ

857. ജന്മിത്തത്തിനെതിരെ ശബ്ദമുയർത്തുന്ന പ്രഥമ മലയാള നോവൽ?

ലക്ഷ്മീകേശവം (കോമാട്ടിൽ പാഡു മേനോൻ –1892)

858. "ബാല്യകാലസഖി ജീവിതത്തിൽ നിന്നും അടർത്തിയെടുത്ത ഒരേടാണ്. അതിന്റെ വക്കിൽ രക്തം പൊടിഞ്ഞിരിക്കുന്നു" എന്ന് അഭിപ്രായപ്പെട്ടതാര്?

എം പി പോൾ

859. ഏതുനോവലിലാണ് വെള്ളിയാങ്കല്ലിനെക്കുറിച്ചുള്ള മിത്തുള്ളത്?

മയ്യഴിപ്പുഴയുടെ തീരങ്ങളിൽ

860. ചലച്ചിത്രമാക്കിയ ആദ്യ മലയാള നോവൽ?

മാർത്താണ്ഡവർമ്മ

861. 'മാനാഞ്ചിറടെസ്റ്റ് 'എന്ന കഥയുടെ കർത്താവ്?

വി കെ എൻ

862. 'കുറ്റപ്പെടുത്തുവാനില്ലിതിൽ നാമൊക്കെ
യെത്രയായാലും മനുഷ്യരല്ലേ.' ഏതു കൃതിയിലെ വരികളാണിത്?

രമണൻ–ചങ്ങമ്പുഴ കൃഷ്ണപിള്ള

863. 'മയിൽപ്പീലി സ്പർശം' എന്ന കൃതി ഏതുവിഭാഗത്തിൽപ്പെടുന്നു

ലഘുനോവൽ (അഷിത)

864. നന്നൂൽ – സന്ധി ഏത്?

ആദേശസന്ധി

865. കേരള ഇബ്സൺ എന്നറിയപ്പെടുന്ന നാടകാചാര്യൻ?

പ്രൊഫ. എൻ കൃഷ്ണപിള്ള

866. സരോജം എന്ന കഥാപാത്രം ഏതു നാടകത്തിലെ നായികയാണ്?
അശ്വമേധം

867. മലയാളത്തിൽ നമുക്ക് ലഭിച്ചിട്ടുള്ള ഗദ്യഗ്രന്ഥങ്ങളിൽ ഏറ്റവും പഴക്കമുള്ള കൃതി?
ഭാഷാകൗടലീയം

868. രാമാനുജൻ മാസികയുടെ പത്രാധിപത്യം വഹിച്ചിരുന്ന മഹാകവി?
വള്ളത്തോൾ

869. 'പ്രവാചകന്റെ വഴി' എന്ന നോവലിന്റെ കർത്താവ്?
ഒ വി വിജയൻ

870. ചേർത്തെഴുതുക : തല+ഇക്ക്
തലയ്ക്ക്

871. 'കൂനൻ'– തദ്ധിതം ഏത്?
തദ്വത്തദ്ധിതം

872. 'രസിക രസായനം' ഏതു കൃതിയുടെ പരിഭാഷയാണ്?
റുബായിത്ത്

873. ഉള്ളൂരിന്റെ കേരള സാഹിത്യചരിത്രത്തിന്റെ ആദ്യപതിപ്പ് പുറത്തിറങ്ങിയ വർഷം?
1955

874. പയ്യന്നൂർപ്പാട്ടിലെ നായിക?
നീലകേശി

875. പാതിരിമലയാളത്തിൽ എഴുതപ്പെട്ടിട്ടുള്ള രണ്ട് പ്രാചീനകൃതികൾ ഏതെല്ലാം?
കേരളപ്പഴമ, കേരളാരാമം

876. മഹാകവി വള്ളത്തോൾ നാരായണമേനോൻ എഴുത്തച്ഛനെ വിശേഷിപ്പിച്ചത്?
പുതുമലയാണ്മതൻ മഹേശ്വരൻ

877. 'ആട്ടപ്പണ്ടാരങ്ങൾ' ഏത് നാടകത്തിലെ കഥാപാത്രങ്ങളാണ്?
അവനവൻ കടമ്പ

878. കെ എം ജോർജ്ജിന്റെ പി എച്ച് ഡി പ്രബന്ധം ഏത്?
രാമചരിതം ആന്റ് ദി സ്റ്റഡി ഓഫ് ഏർലി മലയാളം
(Ramacharitham and the Study of Early Malayalam)

879. വള്ളത്തോൾ നാരായണമേനോന്റെ 'സ്ത്രീ' എന്ന കവിതാ സമാഹാരത്തിന് അവതാരിക എഴുതിയതാര്?
ഇ എം എസ് നമ്പൂതിരിപ്പാട്

880. 'പ്രണയലീല' എന്ന കഥ എഴുതിയതാര്?

കെ പി രാമനുണ്ണി

881. 'ലൈറ്റ് ഓഫ് ഏഷ്യ' യ്ക്ക് നാലപ്പാട്ട് നാരായണമേനോൻ നടത്തിയ പരിഭാഷ?

പൗരസ്ത്യ ദീപം

882. കവിസമാജത്തിന്റെ പില്ക്കാല പേര്?

ഭാഷാപോഷിണി സഭ

883. കുമാരനാശാൻ അപകടത്തിൽപ്പെട്ട ബോട്ടിന്റെ പേര്?

റെഡീമർ

884. എസ് കെ പൊറ്റെക്കാട്ടിന്റെ ഖണ്ഡകാവ്യമേത്?

പ്രേമശില്പി

885. ശ്രീകണ്ഠേശ്വരം പത്മനാഭപിള്ള പരിഭാഷപ്പെടുത്തിയ ബംഗാളി നോവൽ?

കൃഷ്ണകാന്തന്റെ മരണപത്രം (ബങ്കിംചന്ദ്രചാറ്റർജി)

886. ഉറൂബ് എഴുതിയ രണ്ട് നാടകങ്ങൾ?

മണ്ണും പെണ്ണും, തീ കൊണ്ട് കളിയ്ക്കരുത്

887. യഥാർത്ഥത്തിൽ 'കൂട്ടുകൃഷി' ഒരു കൂട്ടുകൃഷി തന്നെയാണ് എന്ന് പ്രസ്താവിച്ചതാര്?

എൻ വി കൃഷ്ണവാര്യർ

888. 'പറങ്ങോടീ പരിണയ'ത്തിനു മുഖവുര എഴുതിയതാര്?

വേങ്ങയിൽ കുഞ്ഞിരാമൻ നായനാർ

889. രാമനാട്ടത്തിന്റെ ഉപജ്ഞാതാവ്?

കൊട്ടാരക്കര തമ്പുരാൻ

890. 'കണ്ടൽക്കാടുകൾക്കിടയിൽ എന്റെ ജീവിതം' ആരുടെ ആത്മകഥയാണ്?

കല്ലേൽ പൊക്കുടൻ

891. 'രമണന്' ബദലായി രമണി എന്ന കഥ എഴുതിയതാര്?

കെ സരസ്വതിയമ്മ

892. 'രാജശില്പി' ഇബ്സന്റെ മഹത്തായ കൃതിയാണെന്ന് പറയുന്നത് ഒരു വിരോധാഭാസമായിരിക്കും എന്ന് പ്രസ്താവിച്ചതാര്?

വില്യം ആർച്ചർ

893. ട്രാജഡിയുടെ ഏറ്റവും പ്രധാന ഘടകമായി അരിസ്റ്റോട്ടിൽ ചൂണ്ടിക്കാട്ടുന്നതെന്താണ്?

ഇതിവൃത്തം

894. 'മുടിത്തെയ്യം' രചിച്ചതാര്?
സാറാ ജോസഫ്

895. 'കേരള പാണിനി 'എന്ന ജീവചരിത്രഗ്രന്ഥം രചിച്ചത്?
പി അനന്തൻപിള്ള

896. മലയാളത്തിലേക്ക് വിവർത്തനം ചെയ്ത ആദ്യ റഷ്യൻ നോവൽ ഏത്?
കാരമസോവ് സഹോദരന്മാർ

897. 'ഗദ്യമഞ്ജരി' എന്ന ഉപന്യാസ ഗ്രന്ഥത്തിന്റെ കർത്താവ്?
മൂർക്കോത്ത് കുമാരൻ

898. 'ദ വാൾ '(ചുവർ) എന്ന പ്രസിദ്ധ കഥ രചിച്ചതാര്?
സാർത്ര്

899. 'ആത്മകഥയ്ക്കൊരാമുഖം' എന്ന ആത്മകഥയുടെ കർത്താവ്?
ലളിതാംബിക അന്തർജ്ജനം

900. വെൺമണി മഹൻ നമ്പൂതിരി രചിച്ച യാത്രാകാവ്യം?
സംഗമേശയാത്ര

901. നിരാർദ്രമായ ഭൗതിക ലോകത്തിന്റെ യാഥാർത്ഥ്യങ്ങളോട് ഏറ്റു മുട്ടി മുറിപ്പെടുന്ന മനുഷ്യാത്മാവിന്റെ വേദനകൾ ചിത്രീകരിച്ച കഥാകാരൻ?
ടി പത്മനാഭൻ

902. അപ്പുക്കിളി ഏത് നോവലിലെ കഥാപാത്രമാണ്?
ഖസാക്കിന്റെ ഇതിഹാസം

903. പി കേശവദേവിനെ സാഹിത്യത്തിലെ പറയൻ എന്ന് വിശേഷിപ്പിച്ചതാര്?
കുട്ടികൃഷ്ണമാരാർ

904. 'പച്ചമലയാളം' എന്ന ഉപന്യാസത്തിന്റെ കർത്താവ്?
അപ്പൻ തമ്പുരാൻ

905. 'The peacock messenger' എന്ന പേരിൽ മയൂരസന്ദേശം വിവർത്തനം ചെയ്തതാര്?
ഉള്ളൂർ എസ് പരമേശ്വരയ്യർ

906. ഭരതമുനി രസസിദ്ധാന്തം അവതരിപ്പിക്കുന്നത് ഏത് കൃതിയിൽ?
നാട്യശാസ്ത്രം

907. ഇക്കോ പൊളിറ്റിക്കൽ രചനയ്ക്ക് ഉദാഹരണമായ കൃതി?
മരുഭൂമികൾ ഉണ്ടാകുന്നത് (ആനന്ദ്)

908. 'തുടിക്കുന്ന താളുകൾ' എന്ന പേരിൽ കവിതകൾ രചിച്ചത്?
പുനലൂർ ബാലൻ

909. 'പ്രണയജാംബവാൻ' എന്ന നാടകത്തിന്റെ രചയിതാവ്?
എൻ പി ചെല്ലപ്പൻ നായർ

910. ആധുനിക കവിത്രയത്തിൽ ആദ്യം മരണപ്പെട്ട കവി?
മഹാകവി കുമാരനാശാൻ

911. 'ആരാച്ചാർ' എന്ന നോവലിന്റെ കർത്താവ്?
കെ ആർ മീര

912. 'അനുഭൂതിയുടെ കതിരുകൾ', 'സാഹിത്യവിവാദങ്ങളിലൂടെ' എന്ന കൃതിയുടെ കർത്താവ്?
ഡോ. വി ജയപ്രസാദ്

913. കുഞ്ചൻ നമ്പ്യാരുടെ ജീവചരിത്രകൃതി രചിച്ചതാര്?
എം ആർ ബാലകൃഷ്ണ വാര്യർ

914. 'രാത്രിമഴ' എന്ന കവിതാ സമാഹാരത്തിന്റെ കർത്താവ്?
സുഗതകുമാരി

915. 'ഒരു കണ്ണീർക്കണം മറ്റുള്ളവർക്കായി ഞാൻ പൊഴിക്കവേ
ഉദിക്കയാണെന്നാത്മാവിലായിരം സൗരമണ്ഡലം' – ഈ വരികൾ രചിച്ചതാര്?
അക്കിത്തം

916. എഡ്വിൻ അർണ്ണോൾഡിന്റെ Light of Asia -യ്ക്ക് കുമാരനാശാൻ തയ്യാറാക്കിയ തർജ്ജുമ?
ശ്രീബുദ്ധചരിതം കിളിപ്പാട്ട്

917. ഷേക്സ്പിയറുടെ ഒഥല്ലോ ഗദ്യരൂപത്തിൽ മലയാളത്തിൽ വിവർത്തനം ചെയ്തതാര്?
എം ആർ നായർ

918. കഥകളി പഴമയുടെ അന്തരീക്ഷത്തിന് പ്രാധാന്യം കൊടുത്തു കൊണ്ട് അപസർപ്പകാംശങ്ങളെ സമന്വയിപ്പിച്ചു കഥകളെഴുതിയ ആദികാല കഥാകാരൻ?
അമ്പാടി നാരായണ പൊതുവാൾ

919. സോഷ്യലിസ്റ്റ് റിയലിസ്റ്റായ നവോത്ഥാന നായകൻ ആര്?
പി കേശവദേവ്

920. തകഴിയുടെ ആദ്യ കഥയായ 'സാധുക്കൾ' അച്ചടിച്ചു വന്ന പത്രം?
സർവ്വീസ് പത്രം (1930)

921. 'അരങ്ങ് കാണാത്ത നടൻ' ആരുടെ ആത്മകഥയാണ്?
തിക്കോടിയൻ

922. ടെന്നിസന്റെ 'ഇൻ മെമ്മോറിയം എന്ന കൃതിയുടെ സ്വാധീനമുള്ള വിലാപകാവ്യം?
കണ്ണുനീർത്തുള്ളി

923. 'എന്റെ പൊയ്പ്പോയ പ്രാണൻ' എന്ന വിലാപകാവ്യത്തിന്റെ രചയിതാവ്?
വള്ളത്തോൾ ഗോപാല മേനോൻ

924. 'ഹോർത്തൂസ് മലബാറിക്കസ്' എന്ന ഗ്രന്ഥത്തിന്റെ പ്രതിപാദ്യ വിഷയം?
ഇന്ത്യൻ സസ്യങ്ങളുടെ ഔഷധഗുണങ്ങൾ

925. സർവ്വകലാശാല തലത്തിൽ ആദ്യമായി മലയാള വിഭാഗം ആരംഭിച്ചത് എവിടെ?
മദിരാശി സർവ്വകലാശാലയിൽ (1927)

926. ദേവദാസികളെക്കുറിച്ച് പരാമർശമുള്ള ഏറ്റവും പഴയ രേഖ ഏത്?
ഗോദരവിയുടെ ചോക്കൂർ ശാസനം

927. അഷ്ടാധ്യായിക്ക് വാർത്തികം എഴുതിയതാര്?
കാർത്ത്യായനൻ

928. അഷ്ടാധ്യായിക്ക് മഹാഭാഷ്യം എഴുതിയതാര്?
പതഞ്ജലി

929. 1928 ൽ ആരംഭിച്ച യുക്തിവാദി മാസികയുടെ പത്രാധിപർ ആര്?
സഹോദരൻ അയ്യപ്പൻ

930. ശാസനങ്ങളിൽ ഉപയോഗിച്ചിരുന്ന വട്ടെഴുത്ത് ലിപിയുടെ പേര്?
നാനം മോനം

931. മലയാളം ആദിദ്രാവിഡ ഭാഷയുടെ സ്വതന്ത്രശാഖയാണെന്ന മതം പ്രബലമായൊരടിസ്ഥാനത്തിൽ ആദ്യം അവതരിപ്പിച്ചതാര്?
ആറ്റൂർ കൃഷ്ണപ്പിഷാരടി

932. 'The evolution of malayalam morphology' എന്ന ഗ്രന്ഥം രചിച്ചതാര്?
എൽ വി രാമസ്വാമി അയ്യർ

933. ദ്രാവിഡ ഗോത്രത്തിൽ ഏറ്റവുമധികം പേർ സംസാരിക്കുന്ന ഭാഷ?
തെലുങ്ക്

934. ലീലാതിലകം രചിച്ചത് ഏത് ഭാഷയിൽ?
സംസ്കൃതം

935. കേസരി എ ബാലകൃഷ്ണപിള്ളയെ കുറിച്ചുള്ള കവിതയേത്?
മാടവനപ്പറമ്പിലെ ചിത

936. ചിഹ്ന വിജ്ഞാനീയ (Semiotics) ത്തിന്റെ അവതാരകൻ ആര്?
ദറിദ / സ്വസൂർ

937. സ്വാമി വിവേകാനന്ദന്റെ 'രാജയോഗം' മലയാളത്തിലേക്ക് വിവർത്തനം ചെയ്തതാര്?
കുമാരനാശാൻ

938. 'വൈക്കം മുഹമ്മദ് ബഷീർ' എന്ന പാട്ട് കാവ്യം രചിച്ചതാര്?
വി എം കുട്ടി

939. 'സാഹിത്യ സാഹ്യം' എന്ന കൃതിയിലെ മുഖ്യ പ്രതിപാദ്യമെന്താണ്?
മലയാള ഗദ്യരചന

940. പഞ്ചതന്ത്രം രചിച്ചതാര്?
വിഷ്ണു ശർമ്മൻ

941. മലയാളത്തിലെ ആദ്യത്തെ റിയലിസ്റ്റിക് സിനിമ ഏത്?
ന്യൂസ് പേപ്പർ ബോയ്

942. മലയാളത്തിൽ ഒരു കവിത അതേ പേരിൽ ആദ്യമായി സിനിമയായി. ഏതാണ് കൃതി?
രമണൻ (ചങ്ങമ്പുഴ കൃഷ്ണപിള്ള)

943. 'പാണിനീയ പ്രദ്യോതം' രചിച്ചതാര്?
ഐ സി ചാക്കോ

944. കേരളത്തിലെ ആദ്യത്തെ ദ്വിഭാഷാ പത്രം?
വിദ്യാ സംഗ്രഹം

945. മാമാങ്കം പാട്ടിന്റെ കർത്താവ്?
കാടഞ്ചേരി നമ്പൂതിരി

946. 'ഇവിടെപ്പിറക്കുന്ന കാട്ടുപുല്ലിനുമുണ്ട്
ഭുവനം മയക്കുന്ന ചന്തവും സൗന്ദര്യവും' - ആരുടെ വരികൾ?
പാലാ നാരായണൻ നായർ

947. വത്സല എന്ന തൂലികാനാമത്തിൽ എഴുതിയതാര്?
വൈക്കം ചന്ദ്രശേഖരൻ നായർ

948. പ്രധാനമായും സ്വരസംവരണം നടക്കുന്നത്?
സംവൃതോകാരത്തിന്

949. 'നെല്ല് 'എന്ന കവിതാ സമാഹാരം രചിച്ചത്?
ചെമ്മനം ചാക്കോ

950. എം ടി യുടെ 'മഞ്ഞ് 'എന്ന നോവലിന് സമയതീരങ്ങളിൽ സംഗീതം എന്ന പേരിൽ നിരൂപണമെഴുതിയതാര്?
കെ പി അപ്പൻ

951. മുൻഷി രാമക്കുറുപ്പിനെകൂടാതെ ചക്കീചങ്കരമെന്ന പേരിൽ നാടകമെഴുതിയത്?

ഇരുവനാട് നാരായണൻ നമ്പ്യാർ

952. 'ശീർഷാസനം' എന്ന വിമർശന പഠന ഗ്രന്ഥത്തിന്റെ കർത്താവ്?

എം എൻ വിജയൻ

953. 'കാഥികന്റെ പണിപ്പുര' എന്ന കഥാസാഹിത്യ ഗ്രന്ഥം രചിച്ചത്?

എം ടി വാസുദേവൻ നായർ

954. കുലശേഖര ആഴ്വാരുടെ പാട്ടുകൾ?

പെരുമാൾ തിരുമൊഴി

955. 'പെരുവഴിയെ പോകും ഞങ്ങൾ പുതുവഴി വഴിപാടിനു മാത്രം' എന്നു പാടിയ കവി?

എൻ എൻ കക്കാട്

956. ആദ്യത്തെ കേരള ചരിത്ര രചയിതാവ്?

കെ പി പത്മനാഭ മേനോൻ

957. കലിവർഷ സൂചനയുള്ള ഏറ്റവും പഴയ ദക്ഷിണേന്ത്യൻ ശാസനം?

കരുനന്തടക്കന്റെ ഹജൂർ ശാസനം

958. മലയാളത്തിലെ പുരുഷ ഭേദ നിരാസം നിരാസമല്ല, അഭാവമാണ് എന്ന് പറഞ്ഞതാര്?

ഡോ. കെ എം ജോർജ്ജ്

959. 'അം' ലിംഗപ്രത്യയമാണെന്നു വിധിക്കുന്ന ലീലാതിലക സൂത്രമേത്?

നപുംസകേമോദന്തേ

960. 'ഇന്ത്യൻ കഴുത' എന്ന കഥാസമാഹാരം രചിച്ചത് ആര്?

ചെമ്മനം ചാക്കോ

961. 'കീഴാളൻ' എന്ന കവിതാസമാഹാരം രചിച്ചത്?

കുരീപ്പുഴ ശ്രീകുമാർ

962. 'മഹാകവി വി സി ബാലകൃഷ്ണപ്പണിക്കർ' എന്ന കൃതിയുടെ കർത്താവ്?

കുന്നത്ത് ജനാർദ്ദന മേനോൻ

963. ദ്വിതീയാക്ഷര പ്രാസഭ്രമത്തെ എതിർത്തുകൊണ്ട് കെ സി കേശവപിള്ള രചിച്ച പ്രബന്ധം?

ഭാഷാ കവിത

964. പച്ച മലയാള പ്രസ്ഥാനം ഏതു പ്രസ്ഥാനത്തിന്റെ ഉപശാഖയായിരുന്നു?

വെൺമണി പ്രസ്ഥാനം (കൊടുങ്ങല്ലൂർ പ്രസ്ഥാനം)

965. അംബോപദേശത്തെ വൈശിഖ തന്ത്രത്തിന്റെ പുനർജ്ജനമെന്ന് വിശേഷിപ്പിച്ചതാര്?

ഡോ. എം ലീലാവതി

966. തിരുവിതാംകൂർ പാഠപുസ്തക കമ്മിറ്റിയുടെ ആദ്യ അദ്ധ്യക്ഷൻ?

അണ്ണാജിരാജൻ (1867)

967. കേരളത്തിലെ ആദ്യത്തെ വിദ്യാഭ്യസ മാസിക?

ഉപാദ്ധ്യായ (1898)

968. സരസ ദ്രുതകവി കിരീടമണി എന്ന് സ്വയം വിശേഷിപ്പിച്ച കവി?

കുഞ്ഞിക്കുട്ടൻ തമ്പുരാൻ (ലക്ഷണാസംഗം നാടകത്തിൽ)

969. ഭാഷാ കൗടലീയത്തിന്റെ രചനാകാലം?

എ ഡി 12–ാം ശതകം

970. പുത്തരിയങ്കം ഏറ്റവും വികാരോത്തേജകമായ ഒരു ഗാനമാണ്, കണ്ണീർവാർക്കാതെ അത് ആർക്കും വായിച്ചു തീർക്കാൻ സാധിക്കില്ല എന്ന് അഭിപ്രായപ്പെട്ടതാര്?

മഹാകവി ഉള്ളൂർ എസ് പരമേശ്വരയ്യർ

971. നാടൻ പാട്ടുകൾ സാഹിത്യ പഠനത്തെ എങ്ങനെ സഹായിക്കുന്നു?

പ്രാചീന ഭാഷാ പഠനത്തെ സഹായിക്കുന്നു.

972. ഉള്ളൂർ എസ് പരമേശ്വരയ്യർ രചിച്ച ചമ്പു?

സുജാതോദ്വാഹം

973. 'ചന്ദ്രോത്സവം' എന്ന പ്രാചീന മണിപ്രവാള കൃതിയിലെ നായിക?

മേദിനീ വെണ്ണിലാവ്

974. ഏഴാം ശതകത്തിൽ ഇന്ത്യ സന്ദർശിച്ച ചീന സഞ്ചാരി?

ഹുയാൻസാങ്

975. പരിഷ്കാരത്തിന്റെ നിത്യാദരം എന്ന് കുമാരനാശാൻ വിശേഷിപ്പിച്ചതാരെ?

എ ആർ രാജരാജവർമ്മയെ (പ്രരോദനത്തിൽ)

976. 'ഒടിയുന്ന കുരിശ്' എന്ന മലയാള ചെറുകഥ രചിച്ചത്?

ആനന്ദ്

977. രാജനന്ദിനി, ഹരിശ്ചന്ദ്രൻ ഈ കഥകൾ രചിച്ച മലയാള കവി?

ജി ശങ്കരക്കുറുപ്പ്

978. 'ഇന്നലത്തെ മഴ' എന്ന നോവൽ രചിച്ചതാര്?

എൻ മോഹനൻ

979. വഴിവാണിഭരുടെ ഗോഗ്വോ വിളി പോലെയാണ് സി വിയുടെ ഭാഷയെന്ന് അഭിപ്രായപ്പെട്ടതാര്?

സ്വദേശാഭിമാനി രാമകൃഷ്ണപിള്ള

980. 'Language of Middle Malayalam' ഈ ഭാഷാ ശാസ്ത്ര ഗവേഷണ ഗ്രന്ഥത്തിന്റെ കർത്താവ്?

പുതുശ്ശേരി രാമചന്ദ്രൻ

981. ചങ്ങമ്പുഴ കവിതയെ മിഠായി കവിതകൾ എന്ന് വിശേഷിപ്പിച്ചതാര്?

പി കെ നാരായണപിള്ള

982. 'അമ്മായി പഞ്ചതന്ത്രം' എന്ന കൃതിയുടെ കർത്താവ്?

കാരാട്ട് അച്യുതമേനോൻ

983. 'ഗീതാവലി' എന്ന കവിതയുടെ കർത്താവ്?

മേരി ജോൺ തോട്ടം (സിസ്റ്റർ മേരി ബനീഞ്ജ)

984. 1923 ൽ മാതൃഭൂമി പത്രം ആരംഭിച്ചതാര്?

കെ പി കേശവമേനോൻ

985. 'മാലിനിമാർ മൗലിമണേ' ഇരയിമ്മൻതമ്പിയുടെ ഏതു ആട്ടക്കഥയിലേതാണ് ഈ വരി?

കീചകവധം

986. ആട്ടക്കഥയിലെ ഭാഷ?

സംസ്കൃത ബഹുലമായ മണിപ്രവാളം

987. അഷ്ടാംഗഹൃദയത്തിന് വൈക്കത്ത് പാച്ചുമൂത്തത് എഴുതിയ സ്വതന്ത്ര വ്യാഖ്യാനം?

ഹൃദയപ്രിയം

988. പ്രാചീന കാലത്ത് മൃതദേഹങ്ങൾ അടക്കം ചെയ്തിരുന്ന വലിയ മൺഭരണികൾ അറിയപ്പെട്ടിരുന്നത്?

നന്നങ്ങാടികൾ

989. തത്ത്വചിന്തയുടെ മുകളിലിരുന്ന് കവി സ്വന്തം ഹൃദയത്തിന്റെ മുറിവുകൾ കെട്ടുകയാണ് എന്ന് കുട്ടികൃഷ്ണ മാരാർ വിലയിരുത്തിയത് ഏത് കൃതിയെ?

കണ്ണുനീർത്തുള്ളിയെ

990. 'നെട്ടൂർമഠം' എന്ന കൃതിയുടെ കർത്താവ്?

മലയാറ്റൂർ രാമകൃഷ്ണൻ

991. 'തോറ്റങ്ങൾ' എന്ന പ്രശസ്ത നോവലിന്റെ കർത്താവ്?

കോവിലൻ

992. 'ഒരു പൊന്നാനിക്കാരന്റെ മനോരാജ്യം' എന്ന കവിതാസമാഹാരത്തിന്റെ കർത്താവ്?

എം ഗോവിന്ദൻ

993. “മഞ്ഞുതുള്ളിയിൽ കാടിൻപ്പരപ്പെന്ന പോലെ രമണനിൽ ചങ്ങമ്പുഴക്കവിതയുടെ മുഴുവൻ ആയാമ വിസ്തൃതിയും ഞെങ്ങിഞെരുങ്ങി പ്രതിബിംബിക്കുന്നു” എന്ന് അഭിപ്രായപ്പെട്ടത്?

സുകുമാർ അഴീക്കോട്

994. ‘കവിത്വം ബീജം പ്രതിഭാനം’ എന്ന് പ്രസ്താവിച്ച പൗരസ്ത്യ ആലങ്കാരികൻ?

വാമനൻ

995. വെട്ടം മാണിയുടെ പുരാണ നിഘണ്ടു പ്രസിദ്ധീകരിച്ച വർഷം?

1964

996. ‘ശബ്ദസൗഭഗം’ എന്ന ഗ്രന്ഥം രചിച്ചത്?

ജോൺ കുന്നപ്പള്ളി

997. ‘അ’ എന്ന പേരിൽ ഹാസ്യ നോവൽ എഴുതിയതാര്?

സുകുമാർ (എസ് സുകുമാരൻ പോറ്റി)

998. മലയാള നാടകത്തിൽ ഫ്ളാഷ് ബാക്ക് സമ്പ്രദായം പരീക്ഷിച്ച ആദ്യത്തെ നാടകകൃത്ത്?

കൈനിക്കര കുമാരപ്പിള്ള (‘പ്രേമപരീക്ഷണം’ എന്ന നാടകത്തിൽ)

999. കഥ പറയാൻ ജനിച്ച കാഥികൻ എന്ന് വിശേഷിപ്പിക്കപ്പെട്ട കഥാകൃത്ത്?

കാരൂർ നീലകണ്ഠപ്പിള്ള

1000. ആരോഹണം എന്ന നോവലിന്റെ പശ്ചാത്തലം?

ഡൽഹി

1001. ലോകപൈതൃകമായി യുനെസ്കോ അംഗീകരിച്ച ആദ്യത്തെ ഭാരതീയ നൃത്തരൂപം?

കൂടിയാട്ടം

1002. കേരളഭാഷയിൽ ഗ്രന്ഥാക്ഷരം (ആര്യലിപി) ആദ്യമായി ഉപയോഗിച്ചത്?

വാഴപ്പള്ളി ശാസനത്തിൽ

1003. ചാക്യാർകൂത്തിൽ നിന്നും രൂപംകൊണ്ട ഒരു ഗദ്യശൈലി?

ദൂതവാക്യം

1004. ‘പാട്ടുകഴിഞ്ഞൊരു ഗന്ധർവ്വൻവച്ചതാം
ചേങ്കിലപോലെ മയങ്ങുന്ന ഭൂതലം’ ഈ വരികൾ ഏതു കൃതിയിലേതാണ്?

കളിയച്ഛൻ (പി കുഞ്ഞിരാമൻനായർ)

1005. 'ഗദ്യപദ്യാത്മകം കാവ്യം ചമ്പുരിത്യഭിധീയതേ' എന്ന് ചമ്പുവിന് ലക്ഷണം നല്കിയതാര്?

വിശ്വനാഥ പണ്ഡിതൻ (സാഹിത്യദർപ്പണം)

1006. പുരോഗമന കലാസാഹിത്യസംഘത്തിന്റെ പ്രഥമ പ്രസിഡന്റ്?

വൈലോപ്പിള്ളി ശ്രീധരമേനോൻ

1007. സംസ്കൃതം സംസാരഭാഷയായിരുന്നു എന്നതിന് വ്യക്തമായ തെളിവുകൾ നല്കുന്ന കൃതി?

മഹാഭാഷ്യം (പതഞ്ജലി)

1008. എം ടി വാസുദേവൻ നായർ രചിച്ച ബോധതാരാനോവൽ?

മഞ്ഞ്

1009. 'മധുരകവിത' എന്നറിയപ്പെടുന്നത്?

മണിപ്രവാളം

1010. 'ചെറുകഥ– ഇന്നലെ ഇന്ന്' എന്ന ഗ്രന്ഥത്തിന്റെ കർത്താവ്?

പ്രൊഫ. എം അച്യുതൻ

1011. 'അടുക്കളയിൽ നിന്നും പാർലമെന്റിലേക്ക്' എന്ന കൃതിയുടെ കർത്താവ്?

ഭാരതി ഉദയഭാനു

1012. ഗദ്യമാലികയുടെ കർത്താവ്?

കൊച്ചി രാമവർമ്മ അപ്പൻ തമ്പുരാൻ

1013. സ്വയം ചിരിച്ചും മറ്റുള്ളവരെ ചിരിപ്പിച്ചും ജീവിതം നയിച്ച എഴുത്തുകാരൻ?

സഞ്ജയൻ

1014. പ്രാസവഴക്കിനു അന്ത്യമെന്നതുപോലെ കേരളവർമ്മ വലിയകോയി ത്തമ്പുരാൻ എഴുതിയ കാവ്യം?

ദൈവയോഗം

1015. 'ചേന്നൻ' തകഴി ശിവശങ്കരപ്പിള്ളയുടെ ഏതു ചെറുകഥയിലെ കഥാപാത്രമാണ്?

വെള്ളപ്പൊക്കത്തിൽ

1016. ഉള്ളൂർ എസ് പരമേശ്വരയ്യരുടെ കർണ്ണഭൂഷണത്തിന്റെ രചനാ കാലം?

1929

1017. "പുരുഷന്റെ കണ്ണുകൾ തുറിച്ചു. അവിശ്വസനീയമായിരുന്നു ആ കാഴ്ച. അയാൾ സംശയിച്ചു; എല്ലാം തന്റെ തോന്നൽ മാത്രമായി രിക്കുമോ?" ഇങ്ങനെ ആരംഭിക്കുന്ന പ്രശസ്തമായ നോവൽ?

എൻമകജെ (അംബികാസുതൻ മാങ്ങാട്)

1018. പരപ്രേരണയാൽ സംഭവിക്കുന്ന ക്രിയ?
പ്രയോജക ക്രിയ

1019. ത്രിലോകസഞ്ചാരി, നേത്രരോഗി എന്നീ തൂലികാനാമങ്ങളിൽ ഉപന്യാസരചനയിൽ ഏർപ്പെട്ടിരുന്നതാര്?
ഇ വി കൃഷ്ണപിള്ള

1020. ഒരേ വ്യഞ്ജനവർണ്ണത്തെ അടുത്തടുത്താവർത്തിക്കുന്നത്?
അനുപ്രാസം

1021. സംസർഗ്ഗം കൊണ്ട് ഒന്നിന്റെ ഗുണം മറ്റൊന്നിൽ പകരുന്നത്?
സദ്ഗുണം

1022. 'ഹെർബേറിയം' എന്ന ആഷാമേനോന്റെ കൃതിയിലെ ഉള്ളടക്കം?
യാത്രാസ്മൃതികളും ഓർമ്മക്കുറിപ്പുകളും

1023. 'ജീവിച്ചീടുന്നു മൃതിയിൽ' എന്ന ഡോ. പി വി വേലായുധൻ പിള്ളയുടെ കൃതിയിൽ ആരെക്കുറിച്ചാണ് പറയുന്നത്?
കുറ്റിപ്പുഴ കൃഷ്ണപിള്ളയെ

1024. ചേർച്ചയില്ലാത്ത രണ്ടിനെ ചേർത്തുചൊല്ലുന്ന അലങ്കാരം?
വിഷമം

1025. നളചരിതത്തിലെ ഭാഷ വെങ്കലഭാഷയാണെന്ന് അഭിപ്രായപ്പെട്ടതാര്?
എ ആർ രാജരാജവർമ്മ

1026. 'പൊഞ്ഞാറ്' എന്ന ആദ്യ നാട്ടുഭാഷാ നിഘണ്ടുവിന്റെ കർത്താവ്?
അംബികാസുതൻ മാങ്ങാട്

1027. പ്രാചീന മണിപ്രവാളമാലയുടെ മദ്ധ്യമണി എന്ന് അറിയപ്പെടുന്ന കൃതി?
ഉണ്ണുനീലിസന്ദേശം

1029. 'അനന്തപുര വർണ്ണനം' എന്ന മണിപ്രവാള കൃതിയുടെ കാലം?
14–ാം ശതകം

1030. 'എന്റെ നാടുകടത്തൽ' എന്ന ആത്മകഥ രചിച്ചത് എന്ന്?
1911

1031. കാല്പനികമായ ആഖ്യാന ശൈലിയിലുള്ള ജീവചരിത്രങ്ങൾ രചിച്ച വ്യക്തി?
കെ സുരേന്ദ്രൻ

1032. ശ്രീപത്മനാഭസ്വാമിസമ്മാനം ഏതുമേഖലയിലാണ് നല്കിയിരുന്നത്?
ബാലസാഹിത്യം

1033. ‘കാനം’ എന്ന തൂലികാനാമത്തിൽ അറിയപ്പെടുന്നതാര്?
ഇ ജെ ഫിലിപ്പ്

1034. മുൻവിനയെച്ചത്തിന് ഉദാഹരണം എഴുതുക?
പോയിക്കണ്ടു

1035. സാഹിത്യം എന്ന വാക്ക് ആദ്യം ഉപയോഗിച്ചത് ആര്?
പൗരസ്ത്യ കാവ്യ പണ്ഡിതനായ രാജശേഖരൻ

1036. മയൂരസന്ദേശത്തിന് The Peakcock Messenger എന്ന പേരിൽ ഇംഗ്ലീഷ് പരിഭാഷ എഴുതിയതാര്?
ഉള്ളൂർ എസ് പരമേശ്വരയ്യർ

1037. ‘താക്കോൽ കൊടുക്കാതരുണോദയത്തിൽ താനേ മുഴങ്ങും വലി യോരലാറം’ ആരുടെ വരികളാണിത്?
കുറ്റിപ്പുറത്ത് കേശവൻനായർ

1038. ഉള്ളൂരിന്റെ കേരളസാഹിത്യചരിത്രം എത്ര വാല്യങ്ങളാണ്?
അഞ്ച്

1039. പെരുമാൾ കാലഘട്ടത്തിന്റെ ചരിത്രം ഉൾക്കൊള്ളുന്ന നോവൽ?
ഭൂതരായർ

1040. ഉജ്ജ്വല ശബ്ദാഢ്യൻ എന്നറിയപ്പെടുന്ന കവി ആര്?
ഉള്ളൂർ എസ് പരമേശ്വരയ്യർ

1041. മൃത്യുഞ്ജയം കാവ്യ ജീവിതം എന്ന എം കെ സാനു രചിച്ച ഈ കൃതി ആരുടെ ജീവചരിത്രമാണ്?
കുമാരനാശാന്റെ

1042. വാഴപ്പള്ളിശാസനത്തിൽ സംസ്കൃതപദങ്ങൾ ഏതക്ഷരത്തിലാണ് സൂചിപ്പിച്ചിരിക്കുന്നത്?
ഗ്രന്ഥാക്ഷരത്തിൽ

1043. കേരളഭാഷയിൽ വിരചിതമായ ഏറ്റവും പ്രാചീനമായ ഗദ്യകൃതി?
ഭാഷാകൗടലീയം

1044. ‘കൊടുമുടികൾ’ എന്ന പ്രശസ്തനോവലിന്റെ കർത്താവ്?
ഇ എം കോവൂർ

1045. മൂന്ന് പരിവർത്തനങ്ങൾ മൂന്നുകുടുംബങ്ങളുടെ ചരിത്രത്തിലൂടെ പ്രതിഫലിപ്പിക്കുന്ന പി കേശവദേവിന്റെ നോവൽ?
അയൽക്കാർ

1046. ‘ഗാഥ’ എന്ന പഠനഗ്രന്ഥത്തിന്റെ കർത്താവ്?
ഡോ. എൻ മുകുന്ദൻ

1047. സ്വദേശാഭിമാനി രാമകൃഷ്ണപിള്ളയെക്കുറിച്ച് കെ ഗോമതിയമ്മ എഴുതിയകൃതി?

ധന്യയായ് ഞാൻ

1048. 'ആട്ടപ്രകാര'ത്തിലെ പ്രതിപാദ്യം?

അഭിനയിക്കേണ്ടവിധം

1049. 'വസുദേവസ്തവം' ഏതു ശതകത്തിൽ രചിച്ച കൃതിയാണ്?

14–ാംശതകം

1050. 'കേരളം മലയാളികളുടെ മാതൃഭൂമി' എന്ന കൃതി രചിച്ചതാര്?

ഇ എം എസ് നമ്പൂതിരിപ്പാട്

1051. പ്രതിഭാവ്യുത്പത്തി, അഭ്യാസം എന്നിവയുള്ളവനാണ് കവി എന്ന് അഭിപ്രായപ്പെട്ടതാര്?

പൗരസ്ത്യ കാവ്യ പണ്ഡിതനായ രാജശേഖരൻ

1052. എസ് കെ പൊറ്റെക്കാട്ടിന്റെ ആത്മകഥാപരമായ നോവൽ?

ഒരു ദേശത്തിന്റെ കഥ

1053. തകഴി ശിവശങ്കരപ്പിള്ളയുടെ ഈ നോവൽ ഒരു സമൂഹ കഥയാണ്, സമരകഥയാണ്, പ്രേമകഥയാണ് നോവൽ ഏത്?

രണ്ടിടങ്ങഴി

1054. 'ഇബ്നുബത്തൂത്ത കണ്ട കേരളം' ഈ ചരിത്രകൃതിയുടെ കർത്താവ്?

വേലായുധൻ പണിക്കശ്ശേരി

1055. 'ടച്ച് സ്റ്റോൺ മെതേർഡ്' ഈ വിമർശനരീതി ആരുടേതാണ്?

മാത്യു അർണ്ണോൾഡ്

1056. 'ആര്യാവൃത്തം' ഏതുവിഭാഗത്തിൽപ്പെട്ടതാണ്?

മാത്രാവൃത്തപ്രകരണം

1057. 'ജാതിവ്യവസ്ഥിതിയും കേരളചരിത്രവും' ഈ കൃതിയുടെ കർത്താവ്?

പി കെ ബാലകൃഷ്ണൻ

1058. ശ്രീകുമാരൻ എന്നുകൂടിപേരുള്ള കഥാകൃത്ത്?

മൂർക്കോത്ത് കുമാരൻ

1059. 'സാവിത്രിയുടെ അരഞ്ഞാണം' എന്ന നോവലിന്റെ കർത്താവ്?

എം മുകുന്ദൻ

1060. ആദ്യ ശബ്ദ ചലച്ചിത്രമായ 'ബാലൻ' പുറത്തുവന്നതെന്ന്?

1938 ൽ

1061. വിഭക്തിയും ഗതിയും ചേർന്നുവരുന്ന വിഭക്തി?

മിശ്രവിഭക്തി

1062. തകഴി ശിവശങ്കരപ്പിള്ളക്ക് വയലാർ അവാർഡ് ലഭിച്ച നോവൽ?
കയർ

1063. 'ദേവ്, കേശവദേവ്' ഈ കൃതിയുടെ കർത്താവ്?
ജി എൻ പണിക്കർ

1064. 'മഴുവിന്റെ കഥ' എന്ന കൃതിയുടെ കർത്താവ്?
ബാലാമണിയമ്മ

1065. 'പിറന്നാൾ' എന്ന കവിതാസമാഹാരത്തിന്റെ കർത്താവ്?
ഉറൂബ്

1066. കവിത്രയത്തിൽ പത്മഭൂഷൺ ബഹുമതി ലഭിച്ചതാർക്ക്?
വള്ളത്തോൾ നാരായണമേനോൻ

1067. ഭാഷാഗദ്യശൈലിയുടെ വളർച്ചയ്ക്ക് സംഭാവനകൾ നല്കിയ രണ്ട് കലാരൂപങ്ങൾ?
കൂത്തും കൂടിയാട്ടവും

1068. 'മിസ് ചിന്നുവും ലേഡി ജാനുവും' എന്ന നാടകത്തിന്റെ രചയിതാവ്?
ഉറൂബ്

1069. "മാമ്പൂ കണ്ട് മദിക്കല്ലേ മാരിക്കാർവില്ലിനെ നമ്പല്ലേ" ഈ വരികൾ ഏതു കവിതയിൽ നിന്നെടുത്തതാണ്?
പൂത്തമാവിനെപ്പറ്റി (ഇടശ്ശേരി)

1070. ധ്വനി സിദ്ധാന്തത്തിന്റെ വ്യാഖ്യാതാവ്?
അഭിനവ ഗുപ്തൻ

1071. 'ആനപ്പക' എന്ന നോവലിന്റെ കർത്താവ്?
പുതൂർ ഉണ്ണിക്കൃഷ്ണൻ

1072. ഭക്തകവി എന്ന സ്ഥാനം ലഭിച്ച ആധുനികനായ കവി ആര്?
പി കുഞ്ഞിരാമൻ നായർ

1073. വെയിൽസ് രാജകുമാരനിൽ നിന്നും പട്ടും വളയും നേടിയ കവി?
കുമാരനാശാൻ

1074. എം മുകുന്ദന് 2003 ൽ വയലാർ അവാർഡ് കിട്ടിയ നോവൽ?
കേശവന്റെ വിലാപങ്ങൾ

1075. 'പക്ഷികളുടെ പരിഷത്ത്' എന്ന കൃതിയുടെ കർത്താവ്?
പി കുഞ്ഞിരാമൻ നായർ

1076. 'പോലീസ് രാമായണം' എന്ന കൃതിയുടെ കർത്താവ്
ഇ വി കൃഷ്ണപിള്ള

1077. 'പുരോഗമന സാഹിത്യചരിത്രാവലോകനം' ആരാണ് ഈ കൃതി രചിച്ചത്?
ഇ കെ നായനാർ

1078. ആശാന്റെ ചരമത്തെ അധികരിച്ചുണ്ടായ 'കണ്ണുനീർ' എന്ന വിലാപകാവ്യത്തിന്റെ കർത്താവ്?

കെ രാഘവൻനായർ

1079. പച്ചമലയാളത്തെക്കുറിച്ച് പച്ചമലയാളത്തിൽ ഒരു ഉപന്യാസം എഴുതിയ ലേഖകനാര്?

അപ്പൻ തമ്പുരാൻ

1080. 'രാച്ചിയമ്മ' എന്ന ചെറുകഥ ആരുടേതാണ്?

ഉറൂബ്

1081. 'ദിവാസ്വപ്നം', 'വിഷുക്കണി' എന്നീ കവിതാസമാഹാരങ്ങളുടെ കർത്താവ്?

വള്ളത്തോൾ നാരായണമേനോൻ

1082. എ ആറിന്റെ 'ആംഗലസാമ്രാജ്യം' ഏതു ഭാഷയിലാണ് രചിച്ചത്?

സംസ്കൃതഭാഷയിൽ

1083. അപമാനിക്കപ്പെടുന്ന സ്ത്രീത്വത്തെക്കുറിച്ച് ഒ എൻ വി കുറുപ്പ് രചിച്ച കൃതി?

ശാർങ്ഗക പക്ഷികൾ

1084. അക്കിത്തം അച്യുതൻ നമ്പൂതിരിക്ക് 1973 ൽ കേന്ദ്രസാഹിത്യ അക്കാദമി അവാർഡ് കിട്ടിയ കൃതി?

ബലിദർശനം

1085. 'ജീവിതത്തിൽ കടലേ കവിതയ്ക്ക് ഞങ്ങൾക്കു മഷിപാത്രം' ഇങ്ങനെ പാടിക്കൊണ്ട് മലയാളകവിതയുടെ യുഗപരിവർത്തനത്തിന് തുടക്കംകുറിച്ച കവി?

വൈലോപ്പിള്ളി ശ്രീധരമേനോൻ

1086. "മെറ്റ്കാഫ് ഹൗസിലെ വലിയ ഹാളിൽ തരുൺ ബോസ് ഐ സി എസ് സംസാരിക്കുകയായിരുന്നു" ഏതു നോവലാണ് ഇങ്ങനെ ആരംഭിക്കുന്നത്?

യന്ത്രം (മലയാറ്റൂർ രാമകൃഷ്ണൻ)

1087. പ്രൊഫ. എസ് ഗുപ്തൻനായരുടെ 'ഇസങ്ങൾക്കപ്പുറം' എന്ന പുസ്തകത്തിലെ ആശയങ്ങളോടുള്ള പ്രതികരണമായി 'ഇസങ്ങൾക്കിപ്പുറം' എന്ന ഉപന്യാസസമാഹാരം രചിച്ചതാര്?

പി ഗോവിന്ദപ്പിള്ള

1088. കൃഷ്ണഗാഥയിലെ പ്രമേയം ചെറുശ്ശേരി എടുത്തത് ഏത് കൃതിയിൽ നിന്ന്?

ഭാഗവതം

1089. കല്പാത്തി പ്രക്ഷോഭം നടന്ന വർഷം?

1925

1090. ജോൺ ഗോൺസാൽവസ് മലബാർ അക്ഷരങ്ങൾ കൊത്തിയുണ്ടാക്കിയ മുദ്രണാലയം ഏത്?
അമ്പഴക്കാട്ട് മുദ്രണാലയം

1091. 'ഭൂഗോളപുരാണം' എന്ന സംസ്കൃത ഗ്രന്ഥത്തിലെ പ്രതിപാദ്യം?
കേരളത്തിലെ ജാതികളെപ്പറ്റി

1092. 'പൂങ്കുല' എന്ന കഥാസമാഹാരത്തിന്റെ കർത്താവ്?
മുത്തിരിങ്ങോട്ട് ഭവത്രാതൻ നമ്പൂതിരിപ്പാട്

1093. 'ശിവശതകം' എന്ന കൃതിയുടെ കർത്താവ്?
ശ്രീനാരായണഗുരു

1094. 'ചാതുരന്ത്യം കിളിപ്പാട്ടി'ന്റെ കർത്താവ്?
അർണ്ണോസ്പാതിരി

1095. 'ദുരന്തദുശ്ശങ്ക' ഏതു നാടകത്തിന്റെ തർജ്ജുമയാണ്?
ഒഥല്ലോ

1096. കാന്തള്ളൂർശാലയുടെ ആസ്ഥാനം എവിടെ?
ഇന്നത്തെ തിരുവനന്തപുരം

1097. കൊല്ലവർഷം രേഖപ്പെടുത്തിയിട്ടുള്ള ആദ്യത്തെ രേഖ?
ശ്രീവല്ലഭൻകോതയുടെ മാമ്പള്ളിശാസനം

1098. കേരള സർവ്വകലാശാലയിൽ നിന്ന് മലയാളപഠനത്തിന് ആദ്യമായി പി എച്ച് ഡി ബിരുദം ലഭിച്ചത് ആർക്ക്?
വി ആർ പ്രബോധചന്ദ്രൻ നായർ (1965)

1099. 'ഒളിവിലെ ഓർമ്മകൾ' എന്ന ആത്മകഥയുടെ കർത്താവ്?
തോപ്പിൽ ഭാസി

1100. എസ് കെ പൊറ്റെക്കാട്ടിന്റെ ആദ്യത്തെ യാത്രാവിവരണഗ്രന്ഥമേത്?
കാശ്മീർ (1948)

1101. ശാസനേതരഗദ്യശൈലിയുടെ ആദ്യ മാതൃക?
ഭാഷാകൗടലീയം

1102. 'ചരിത്രത്തിന്റെ അടിവേരുകൾ' എന്ന കൃതിയുടെ കർത്താവ്?
കേസരി ബാലകൃഷ്ണപിള്ള

1103. 'ഉ്' ഏത് വിഭക്തിയുടെ പ്രത്യയമാണ്?
ഉദ്ദേശിക

1104. 'സാഹിത്യദർപ്പണം' ആരുടെ കൃതി?
പൗരസ്ത്യ കാവ്യ പണ്ഡിതനായ വിശ്വനാഥൻ

1105. 'എരിതീ'– തകാരം ഇരട്ടിക്കാത്തത് എന്തുകൊണ്ട്?
പൂർവ്വപദം ക്രിയാധാതു ആയതുകൊണ്ട്

1106. മലയാളത്തിലെ ആദ്യത്തെ ലക്ഷണമൊത്ത നോവൽ?
ഇന്ദുലേഖ (1889)

1107. മൂർക്കോത്ത് കുമാരന്റെ 'കലികാലവൈഭവം' എന്ന കഥ പ്രസിദ്ധീകരിച്ച വർഷം?
1896

1108. "വസുന്ധരയുടെ ജീവിതത്തിൽ സംഭവിച്ചിട്ടുള്ളത് ഒരു വെറും കഥയല്ല അങ്ങനെ ആയിരിക്കണമെന്ന് ആർക്കും നിർബ്ബന്ധവും പാടില്ല" ഇങ്ങനെ ആരംഭിക്കുന്ന എം മുകുന്ദന്റെ പ്രശസ്തമായ നോവൽ?
ഒരു ദളിത് യുവതിയുടെ കദനകഥ

1109. 'സിനിമയുടെ ലോകം' എന്ന പ്രശസ്ത ഗ്രന്ഥത്തിന്റെ കർത്താവ്?
അടൂർ ഗോപാലകൃഷ്ണൻ

1110. സാക്ഷി എന്ന കാരകാർത്ഥം സൂചിപ്പിക്കുന്ന വിഭക്തി?
സംയോജിക വിഭക്തി

1111. എസ് ഗുപ്തൻനായർ രചിച്ച ആത്മകഥ?
മനസ്സാസ്മരാമി

1112. കുമാരനാശാന്റെ നളിനി എന്ന കാവ്യത്തിന് അവതാരിക രചിച്ചതാര്?
എ ആർ രാജരാജവർമ്മ

1113. 'നീലക്കുയിലിന്റെ' കഥാസംഭാഷണ രചയിതാവ് ആര്?
ഉറൂബ്

1114. മഹാഭാരതം സംഭവപർവ്വതത്തെ ആധാരമാക്കി സ്വഗതാഖ്യാന രൂപത്തിൽ ഒ എൻ വി കുറുപ്പ് രചിച്ച കാവ്യമേത്?
മൃഗയ

1115. കാരാട്ട് അച്യുതൻമേനോന്റെ 'വിരുതൻശങ്കു' എന്ന നോവൽ എന്തിന് പ്രാധാന്യം നൽകുന്നു?
ഹാസ്യരസ പ്രാധാന്യം

1116. 'കൂരിരുട്ടിന്റെ കിടാത്തീയെന്നാൽ, സൂര്യപ്രകാശത്തിനുറ്റതോഴീ'- ഏത് കവിതയിലെ വരികൾ ആണിത്?
കാക്ക (വൈലോപ്പിള്ളി ശ്രീധരമേനോൻ)

1117. 'ഇല്ലം' എന്ന നോവലിന്റെ കർത്താവ്?
ജോർജ്ജ് ഓണക്കൂർ

1118. ആദ്യമായി സമകാല ജീവിതവിമർശനം സാധിച്ച കാവ്യരൂപം?
തുള്ളൽ

1119. 'വീര്യം തുള്ളിത്തുളുമ്പും വാളത്രെ വീണയല്ലിതെൻ തൂലിക' ഇങ്ങനെ എഴുതിയ കവി?

പി ഭാസ്കരൻ

1120. ചരിത്രപരമായ ലക്ഷ്യങ്ങളെ ആസ്പദമാക്കി കാലം നിർണ്ണയിക്കാൻ കഴിയുന്ന ആദ്യത്തെ ഭാഷാകാവ്യം?

ഉണ്ണിയച്ചീചരിതം

1121. ഭാവാർത്ഥദീപിക ഏതിന്റെ വ്യാഖ്യാനമാണ്?

ഉത്തരരാമചരിതം

1122. മാതൃത്വത്തിന്റെ മഹനീയത പ്രകീർത്തിക്കുന്ന ഇടശ്ശേരി ഗോവിന്ദൻ നായരുടെ കവിത?

പൂതപ്പാട്ട്

1123 'ഭവനഭേദനം' എന്ന കഥാസമാഹാരത്തിന്റെ കർത്താവ്?

വി ആർ സുധീഷ്

1124. 'എൻ മടിശ്ശീലയല്ലെൻ
മടിശ്ശീലമാണുണ്മയിൽ
വാഴ്‌വതെന്നോമനയായ്' – ആരുടെ വരികൾ?

സഞ്ജയൻ

1125. മലയാളത്തിലെ ആദ്യത്തെ നാച്വറലിസ്റ്റിക് നാടകമായി കരുതുന്നതേത്?

ഏഴ് രാത്രികൾ (കാലടി ഗോപി)

1126. 'ചിന്താവിഷ്ടനായ കവി' ആരുടെ കവിതയാണ്?

വാമനൻ

1127. അയ്യപ്പപ്പണിക്കരുടെ കവിതയെ ഖണ്ഡനാത്മകമായി വിമർശിക്കുന്ന തായാട്ടുശങ്കരന്റെ കൃതി ഏത്?

ആധുനിക കവിതയുടെ ഒരു ജീർണ്ണമുഖം

1128. 'കവി പക്ഷിമാല' ആരുടെ കൃതിയാണ്?

കോയിപ്പള്ളിൽ പരമേശ്വരക്കുറുപ്പ്

1129. 'ഇവനെന്റെ പ്രിയ സി ജെ' ആരുടെ രചനയാണിത്?

റോസി തോമസ്

1130. വെണ്ണിക്കുളം ഗോപാലക്കുറുപ്പിന് 1974 കേന്ദ്ര സാഹിത്യ അക്കാദമി അവാർഡ് കിട്ടിയ കൃതി?

കാമസുരഭി

1131. 'കാളിദാസ കവീന്ദ്രന്റെ കാൽനഖേന്ദുമരീചികൾ
കാവ്യധാവിൽ സഞ്ചരിക്കുമെനിക്കുവഴികാട്ടണം'
എന്ന പ്രസിദ്ധവരികൾ ഏത് കൃതിയിലേത്?
കേശവീയം ഒന്നാം സർഗ്ഗം – കെ സി കേശവപിള്ള

1132. 'ഭാരതപര്യടനം' എന്ന കൃതി ഏത് വിഭാഗത്തിൽപ്പെടുന്നു?
നിരൂപണഗ്രന്ഥം

1133. സാധുജനപരിപാലനസംഘം സ്ഥാപിതമായ വർഷം?
1907

1134. കേരളത്തിലെ പ്രധാനപ്പെട്ട ഏറ്റവും പഴയ തുറമുഖം?
മുസിരിസ്സ്

1135. ക്ഷോഭിക്കുന്നവരുടെ സുവിശേഷം എന്ന കൃതിയുടെ കർത്താവ്?
കെ പി അപ്പൻ

1136. 'Poetry is the spontaneous overflow of powerful feelings.' കവിതയെ നിർവ്വചിക്കുന്ന ഈ കൊച്ചുവാചകത്തിന്റെ ഉടമ.
വേർഡ്സ് വർത്ത്

1137. മുത്തിരിങ്ങോട് ഭവത്രാധൻ നമ്പൂതിരിപ്പാടിന്റെ 'മറുപുറം' എന്ന കൃതി ഏത് സാഹിത്യവിഭാഗത്തിൽപ്പെടും?
ഉപന്യാസം

1138. ശൃംഗാരത്തിന്റെ സ്ഥായിഭാവം?
രതി

1139. എസ് കെ പൊറ്റെക്കാട്ടിന്റെ 'സഞ്ചാരിയുടെ ഗീതങ്ങൾ' എന്ന കൃതി ഏത് സാഹിത്യ വിഭാഗത്തിൽപ്പെടും?
കവിതാസമാഹാരം

1140. രവീന്ദ്രനാഥ ടാഗോറിന്റെ 'ഗീതാഞ്ജലി'ക്ക് അവതാരിക എഴുതിയത് ആര്?
ഡബ്ല്യു ബി യെറ്റ്സ്

1141. 'ആത്മവിലാപം' എന്ന കൃതിയുടെ കർത്താവ്?
ഇടമന എൻ വാസുദേവൻ നമ്പൂതിരി

1142. കേരള സാഹിത്യ അക്കാദമി ഉദ്ഘാടനം ചെയ്തത് ആരായിരുന്നു?
ശ്രീ ചിത്തിര തിരുനാൾ ബാലരാമവർമ്മ

1143. 'അഭിനയചിന്തകൾ' എന്ന ആത്മകഥയുടെ കർത്താവ്?
കാമ്പിശ്ശേരി കരുണാകരൻ

1144. അഴകത്തച്ഛൻ നമ്പൂതിരി എഴുതിയ യാത്രാകാവ്യം?
അഷ്ടമിയാത്ര

1145. 'നടക്കുന്ന കഥയെല്ലാം കൂഴച്ചക്ക
നടക്കാത്ത കഥയെല്ലാം വരിക്കച്ചക്ക
നടക്കാതെ നടന്നതായ് നടിക്കുന്നതിടിച്ചക്ക
നടന്നിട്ടും നടക്കില്ലെന്നു നടിക്കുമ്പോൾ ശീമച്ചക്ക"
'ചക്ക'യെന്ന ഈ കാർട്ടൂൺ കവിത രചിച്ചതാര്?
അയ്യപ്പപ്പണിക്കർ

1146. രാമചരിതത്തിൽ മലയാളം തമിഴിന്റെ വേഷം കെട്ടിയിരിക്കുകയാണ് എന്ന് അഭിപ്രായപ്പെട്ടതാര്?
ഡോ. കെ എൻ എഴുത്തച്ഛൻ

1147. 'കോഴിപങ്ക്' എന്ന കവിതയുടെ കർത്താവ്
കെ സച്ചിദാനന്ദൻ

1148. 'കവിത' എന്ന പേരിൽ കവിതാസമാഹാരം ഇറക്കിയ കവികൾ?
കാവാലം നാരായണപ്പണിക്കർ
കടമ്മനിട്ട രാമകൃഷ്ണൻ

1149. 'പടയാളികളുടെ പാട്ടുകൾ' എന്ന കൃതിയുടെ കർത്താവ്?
അംശി നാരായണപിള്ള

1150. 'രാമചരിതത്തിൽനിന്നും മഹാഭാരതത്തിലേക്ക്' എന്ന കൃതിയുടെ കർത്താവ്?
ഡോ. എം എം പുരുഷോത്തമൻ

1151. 'തിരുനിഴൽമാല' കണ്ടെടുത്തു പ്രസിദ്ധീകരിച്ചതാര്?
ഡോ. എം എം പുരുഷോത്തമൻ

1152. മാതംഗിഫാം എന്ന നോവലിന്റെ കർത്താവ്?
കെ പി ഉണ്ണി

1153. 'ജീവപര്യന്തം' എന്ന കൃതിയുടെ കർത്താവ്?
കെ അരവിന്ദാക്ഷൻ

1154. 1950 ൽ നവീനകവിതയുടെ അഗ്നിസ്ഫുലിംഗങ്ങൾ കണ്ട എൻ വി കൃഷ്ണവാര്യരുടെ കവിത?
കൊച്ചുതൊമ്മൻ

1155. തമിഴ് വ്യാകരണങ്ങളിൽ പ്രഥമഗണനീയമായ കൃതി?
തൊൽക്കാപ്പിയം

1156. ബ്രെയിൽ ലിപിയിലേക്ക് മാറ്റപ്പെട്ട ബഷീറിന്റെ കഥകൾ?
തങ്കം, ഹൃദയഗാഥ

1157. മലപ്പുറത്തിന്റെ ഹൃദയസ്പൃക്കായ വിവരണം നൽകുന്ന 'ഒരു മലപ്പുറം കഥ' എന്ന നോവലിന്റെ കർത്താവ്?
പ്രൊഫ. ഒമാർ ഹബീബ്

1158. 'കവിരാജമാർഗ്ഗം' എഴുതിയതാര്?
നൃപതുംഗൻ (9–ാം നൂറ്റാണ്ട്, കന്നടഭാഷയിലെ ഏറ്റവും പഴയ ഗ്രന്ഥം)

1159. ജീവിതഭാഷയ്ക്ക് ഉദാഹരണം?
മലയാളം

1160. മൃതഭാഷയ്ക്ക് ഉദാഹരണം?
സംസ്കൃതം

1161. മലയാളകമാണ് മലയാളമായി മാറിയത് എന്ന് അഭിപ്രായപ്പെട്ടതാര്?
ഉള്ളൂർ എസ് പരമേശ്വരയ്യർ

1162. 'വൃക്ഷാധിപശതകം' എന്ന മിശ്രഭാഷാകൃതി രചിച്ചതാര്?
പാൽകുർക്കി സോമനാഥൻ (12–ാം ശതകം)

1163. ഏകാദശിവ്രതത്തിന്റെ മാഹാത്മ്യത്തെക്കുറിച്ച് പ്രതിപാദിക്കുന്ന കൃതി?
അംബരീഷോപാഖ്യാനം (14–ാം ശതകം)

1164. 'മലയാളം സംശ്ലിഷ്ടകക്ഷ്യയിൽനിന്നും വൈകൃതകക്ഷ്യയുടെ പടിവാതിലിലാണ്' എന്ന് അഭിപ്രായപ്പെട്ടതാര്?
എ ആർ രാജരാജവർമ്മ

1165. 'മഴയത്തൊരു നടത്തം' എന്ന കവിതയുടെ കർത്താവ്?
വള്ളത്തോൾ

1166. ക്ഷേത്രപ്രവേശനവിളംബരത്തിന്റെ പശ്ചാത്തലത്തിൽ എഴുതപ്പെട്ട നോവൽ?
ഹരിദാസി

1167. ഗൃഹാതുരത്വത്തിന്റെ കവി എന്നറിയപ്പെടുന്നതാര്?
പി കുഞ്ഞിരാമൻ നായർ

1168. 'കുടിയൊഴിക്കൽ' എന്ന കഥയുടെ കർത്താവ്?
സി രാധാകൃഷ്ണൻ

1169. മുദ്രിതമായ ആദ്യത്തെ യാത്രാവിവരണഗ്രന്ഥം?
ഊർശ്ലേം യാത്രാ വിവരണം (പരുമല തിരുമേനി)

1170. ആശയവാദത്തിന്റെ കവിയെന്ന് അറിയപ്പെടുന്നതാര്?
ബാലാമണിയമ്മ

1171. കുഞ്ഞിക്കുട്ടൻ തമ്പുരാന്റെ ശരിയായ പേര്?
രാമവർമ്മ

1172. 'ദാഹിക്കുന്ന പാനപാത്രം' എന്ന ഒ എൻ വി കുറുപ്പിന്റെ കൃതിക്ക് അവതാരിക എഴുതിയതാര്?
ജോസഫ് മുണ്ടശ്ശേരി

1173. 'ഓർക്കുക വല്ലപ്പോഴും' എന്ന പി ഭാസ്കരന്റെ കൃതിക്ക് അവതാരിക എഴുതിയതാര്?

ഉറൂബ്

1174. എഴുത്തച്ഛൻ 'ബ്രഹ്മാണ്ഡപുരാണം' രചിച്ചത് ആരുടെ നിയോഗം അനുസരിച്ചാണ്?

ആഴ്‌വഞ്ചേരി തമ്പ്രാക്കളുടെ

1175. 'കീചകവധം ആട്ടക്കഥ', 'ഉത്തരസ്വയംവരം ആട്ടക്കഥ', 'ദക്ഷയാഗം ആട്ടക്കഥ' എന്നിവയുടെ കർത്താവ്?

ഇരയിമ്മൻ തമ്പി

1176. രവീന്ദ്രനാഥ ടാഗോറിന്റെ 'ഗാർഡൻ' ഉദ്യാനപാലകൻ എന്ന പേരിൽ വിവർത്തനം ചെയ്തതാര്?

ചങ്ങമ്പുഴ കൃഷ്ണപ്പിള്ള

1177. ഭാഷയിലെ ആദ്യത്തെ ഗീതകസമാഹാരം?

വെള്ളിനക്ഷത്രം (എം പി അപ്പൻ)

1178. 'മൃത്യുയോഗം' എന്ന നോവൽ രചിച്ചതാര്?

അക്ബർ കക്കട്ടിൽ

1179. "ഭാവാത്മകപ്രസ്ഥാനം എന്ന സങ്കേതത്തെ മലയാളത്തിൽ ആദ്യമായി പ്രയോഗിച്ചതും അതി വിദഗ്ദ്ധമായി പ്രയോഗിച്ചതും സമത്വവാദിയുടെ കർത്താവാണ്." ഇങ്ങനെ അഭിപ്രായപ്പെട്ടതാര്?

എൻ കൃഷ്ണപിള്ള

1180. 'മണൽകാലം' എന്ന കവിതയുടെ കർത്താവ്?

കെ ജി ശങ്കരപിള്ള

1181. മംഗളോദയം മാസികയിൽ പത്രാധിപസമിതി അംഗമായി പ്രവർത്തിച്ച കവി?

ചങ്ങമ്പുഴ കൃഷ്ണപ്പിള്ള

1182 രാജ്യസഭയിലേക്ക് നോമിനേറ്റ് ചെയ്യപ്പെട്ട കവി?

ജി ശങ്കരക്കുറുപ്പ്

1183. 'സീത മുതൽ സത്യവതി വരെ' എന്ന ഉപന്യാസത്തിന്റെ കർത്താവ്?

ലളിതാംബിക അന്തർജ്ജനം

1184. 'ഘോഷയാത്രയിൽ തനിയെ' എന്ന കൃതിയുടെ കർത്താവ്?

ഒ വി വിജയൻ

1185. ഉള്ളൂരിന്റെ ആദ്യത്തെ കവിതാസമാഹാരം?

കിരണാവലി

1186. 'ശബ്ദങ്ങളെ ദാസരെ എന്ന പോലെ തനിക്ക് കീഴടക്കിയ ശക്തിയുക്തൻ' എന്ന് കുഞ്ഞിക്കുട്ടൻ തമ്പുരാനെ വിശേഷിപ്പിച്ചതാര്?
വള്ളത്തോൾ നാരായണമേനോൻ

1187. വള്ളത്തോൾ നാരായണമേനോന്റെ 'മഗ്ദലന മറിയ'ത്തിന് അവതാരികയെഴുതിയതാര്?
ചിത്രമെഴുത്ത് കെ എം വർഗ്ഗീസ്

1188. 'സൗന്ദര്യപ്രേമത്തിന്റെ കഥ' എന്ന ആത്മകഥയുടെ കർത്താവ്?
എം പി അപ്പൻ

1189. സി വി രാമൻ പിള്ളയ്ക്ക് 'കേരള സ്കോട്ട്' എന്ന അപരനാമധേയം കിട്ടുന്നത് ഏത് നോവലിന്റെ രചനയിലൂടെയാണ്?
മാർത്താണ്ഡവർമ്മ (1891)

1190. എസ് കെ പൊറ്റക്കാടിന്റെ 'ഒരു തെരുവിന്റെ കഥ'യിൽ ആവിഷ്ക്കരിക്കപ്പെടുന്ന നഗരം ഏതാണ്?
കോഴിക്കോട്

1191. ഒന്നാം ദേശീയസമരം പശ്ചാത്തലമാക്കി മലയാറ്റൂർ രാമകൃഷ്ണൻ രചിച്ച നോവൽ?
അമൃതം തേടി

1192. ആറ്റൂർ രവിവർമ്മ ആരെ പരാമർശിച്ചുകൊണ്ടാണ് പുറപ്പാട് (1981), കാട്ടുമരുന്ന് (1991) എന്നീ കവിതകൾ രചിച്ചത്?
എം ഗോവിന്ദനെ

1193. 'മയൂര സന്ദേശ'ത്തിന് 'മർമ്മപ്രകാശം' എന്ന പേരിൽ വ്യാഖ്യാനം രചിച്ചതാര്?
എ ആർ രാജരാജവർമ്മ

1194. 'രൂപഭദ്രതാവാദം' ഏത് കൃതിയുടെ നിരൂപണത്തിലാണ് ആദ്യം ഉപയോഗിച്ചത്?
തോട്ടിയുടെ മകൻ

1195. സംസ്കൃത നാടകാഭിനയമായ കൂടിയാട്ടം കേരളത്തിൽ പരിഷ്കരിച്ചു പ്രചരിപ്പിച്ചത് ആര്?
തോലൻ

1196. 'ചെറുശ്ശേരി ഭാരത'മെന്ന പേരിൽ കൃഷ്ണഗാഥ പ്രസിദ്ധപ്പെടുത്തിയതാര്?
ചിറയ്ക്കൽ കോവിലകത്തെ രാമവർമ്മരാജ

1197. ചവിട്ടുനാടകത്തിന്റെ കയ്യെഴുത്തുപ്രതികളെ വിളിക്കുന്നത്?
ചുവടികൾ

1198. എ ആർ രാജരാജവർമ്മയുടെ 'മലയവിലാസം' ആദ്യം പ്രസിദ്ധീകരിച്ചത്?
വിദ്യാവിനോദിനി മാസിക

1199. "നളിനി കട്ട തടഞ്ഞിട്ടു നടക്കാൻ വയ്യാത്ത വയലാണ്" ഇങ്ങനെ നിരൂപണം നടത്തിയതാര്?

വള്ളത്തോൾ നാരായണമേനോൻ

1200. 'തിരുനിഴൽമാല ഒരു തെക്കൻകൃതിയാണെന്ന്' അഭിപ്രായപ്പെട്ടതാര്?

നടുവട്ടം ഗോപാലകൃഷ്ണൻ

1201. മലയാളത്തിലെ ആദ്യത്തെ സൈബർ നോവൽ?

നൃത്തം (എം മുകുന്ദൻ)

1202. 'തോരാമഴ' എന്ന കവിതയുടെ കർത്താവ്?

റഫീഖ് അഹമ്മദ്

1203. 'അമ്പിളിപ്പൂതം' എന്ന ബാലസാഹിത്യ കൃതിയുടെ കർത്താവ്?

വി ആർ സുധീഷ്

1204. 'ചിന്താമാധുരി' എന്ന കവിതാസമാഹാരത്തിന്റെ കർത്താവ്?

ജോസഫ് മുണ്ടശ്ശേരി

1205. 'മനുഷ്യന് ഒരു ആമുഖം' എന്ന നോവലിന്റെ രചയിതാവ്?

സുഭാഷ് ചന്ദ്രൻ

1206. അഞ്ചുവണ്ണം, മണിഗ്രാമം, വളഞ്ചിയർ തുടങ്ങിയ വാണിജ്യസംഘങ്ങൾ പ്രവർത്തിച്ചിരുന്ന ഭരണകാലം?

കുലശേഖര കാലം

1207. 'കുറിഞ്ഞിപ്പൂക്കൾ', 'മരത്തിനു സ്തുതി' എന്നീ പരിസ്ഥിതി കവിതകളുടെ കർത്താവ്?

സുഗതകുമാരി

1208. തെക്കേ ഇന്ത്യയിൽ ആദ്യം സാഹിത്യം ഉദ്ഭവിച്ചത് തമിഴകത്തെ ഭാഷയിലാണ്. ഇത് തെളിയിക്കുന്ന കൃതികൾ?

സംഘംകൃതികൾ

1209. സംസ്കൃത വ്യാകരണത്തെ പല കാരണങ്ങളാലും അനുകരിക്കുന്ന കൃതി?

തൊൽക്കാപ്പിയം

1210. കേരളത്തിലെ ആദ്യത്തെ മുസ്ലീംപള്ളി?

കൊടുങ്ങല്ലൂരിലെ ചേരമാൻ പള്ളി

1211. കുംഭമാസത്തിലെ കൊയ്ത്തിന് പറയുന്ന പേരെന്ത്?

പിച്ചാനം

1212. കലയിൽ അഭിസംക്രമണ സിദ്ധാന്തം (The Theory of Infection) അവതരിപ്പിച്ചതാര്?

ലിയോ ടോൾസ്റ്റോയി

1213. ഉള്ളൂരിന്റെ കേരള സാഹിത്യ ചരിത്രത്തിന് അനുബന്ധമായി വടക്കുംകൂർ രാജരാജവർമ്മ രണ്ട് ഭാഗങ്ങളായി രചിച്ച കൃതി?

സാഹിത്യ ചർച്ചയും പൂരണവും

1214. മലയാളം എന്ന വാക്ക് നാട് എന്നർത്ഥമുള്ള ആളം, മല എന്നതിനോട് ചേർന്ന് രൂപപ്പെട്ടു എന്ന് അഭിപ്രായപ്പെട്ട പണ്ഡിതന്മാർ?

ഡോ. കെ ഗോദവർമ്മ, ഡോ റോബർട്ട് കാഡ്വൽ

1215. 'മനുഷ്യൻ മതങ്ങളെ സൃഷ്ടിച്ചു' എന്ന ഗാനം രചിച്ചതാര്?

വയലാർ രാമവർമ്മ

1216. ശാസന ഭാഷയിൽ വ്യവഹാര ഭാഷാരൂപങ്ങൾ കാലാകാലങ്ങളിൽ കടന്നു കൂടുന്ന പ്രക്രിയയ്ക്ക് സി എൽ ആന്റണി നല്കിയ പേര്?

ഭാഷാസംക്രമണം

1217. വലത്തുനിന്നും ഇടത്തോട്ടെഴുതുന്ന ലിപി?

ഖരോഷ്ഠി ലിപി

1218. 'പരിപ്രേക്ഷ്യം' എന്ന കൃതിയുടെ കർത്താവ്?

എൻ വി കൃഷ്ണവാര്യർ

1219. മഹാകാവ്യ പ്രസ്ഥാനത്തിന്റെ വിജയവൈജയന്തികളായി കരുതപ്പെടുന്ന കൃതി?

രുക്മാംഗദചരിതം (പന്തളം കേരളവർമ്മ), ഉമാകേരളം (ഉള്ളൂർ എസ് പരമേശ്വരയ്യർ)

1220. കാല്പനികതയുടെ ഉദയരശ്മികൾ ദർശിച്ച കൃതി?

മലയവിലാസം, വിശ്വരൂപം

1221. 'ചിന്താവിഷ്ടയായ സീത' പ്രസിദ്ധീകൃതമായ വർഷം?

1919

1222. 'ഉമ്മുക്കുലുസു മരിച്ചന്നു രാത്രി തൊ-

ട്ടിന്നോളമാ മഴ തോർന്നുമില്ല' - എന്ന വരികൾ ഏതു കവിതയിലേതാണ്?

തോരാമഴ

1223. 'എന്റെ സ്ളെയ്റ്റിൽ വിടർന്ന വടിവുറ്റ മഴവില്ല്

എന്റെ പുസ്തകത്താളിൽ പെറ്റുപെരുകിയ മയിൽപ്പീലി' -

ഈ വരികൾ ആരുടേതാണ്?

കെ സച്ചിദാനന്ദൻ

1224. 'എല്ലുറപ്പുള്ള കവിത' എന്ന് വൈലോപ്പിള്ളിക്കവിതയെ വിശേഷിപ്പിച്ചത് ആര്?

പി എ വാര്യർ

1225. 'വണ്ടിക്കാളകൾ' എന്ന നോവൽ രചിച്ചത് ആര്?
മാധവിക്കുട്ടി

1226. 'മാപ്പിളപ്പാട്ടിന്റെ ചരിത്ര സഞ്ചാരങ്ങൾ' എന്ന കൃതിയുടെ കർത്താവ്?
വി എം കുട്ടി

1227. 'വേട്ട പെണ്ണെക്കളവാണ്ട കള്ളനങ്കിരിക്ക
വെറുതാവിലേനാനും കിടന്നിങ്ക മരിക്ക
ചാട്ടമറ്റ കുരങ്കൈയെറുമ്പരിക്കതമൈ
ത്തരം കൊടുത്ത രാവണനുമങ്കിരുന്തുരസിക്കൈ' – ഏതു കൃതിയിലെ വരികളാണിത്?
രാമകഥപ്പാട്ട് (അയ്യപ്പിള്ളിയാശാൻ)

1228. 'മുടിതെയ്യം ഉറയുമ്പോൾ' എന്ന കൃതിയുടെ കർത്താവ്?
സാറാജോസഫ്

1229. ഭാഷാകൗടലീയത്തിന്റെ കാലം ഏത്?
1125– 1175

1230. 'ആശ്ചര്യചൂഡാമണി' എന്ന മലയാള നാടകം രചിച്ചതാര്?
എൻ വി നമ്പ്യാതിരി

1231. 'ആശ്ചര്യചൂഡാമണി' എന്ന വിവർത്തന നാടകം രചിച്ചത്?
പന്മന രാമചന്ദ്രൻ

1232. 1927 ൽ 'വിക്രമോർവ്വശീയം' പരിഭാഷപ്പെടുത്തിയത് ആര്?
കുഞ്ഞിക്കുട്ടൻ തമ്പുരാൻ

1233. 'കണ്ണാടി കാണ്മോളവും' എന്ന കഥയുടെ കർത്താവ്?
സക്കറിയ

1234. 'ഗജേന്ദ്രമോക്ഷം' എന്ന ലഘുകാവ്യം രചിച്ചതാര്?
ഉള്ളൂർ എസ് പരമേശ്വരയ്യർ

1235. 'ഗജേന്ദ്രമോക്ഷം' എന്ന കവിത രചിച്ചതാര്?
സുഗതകുമാരി

1236. ചങ്ങമ്പുഴ കൃഷ്ണപിള്ളയുടെ 'സ്പന്ദിക്കുന്ന അസ്ഥിമാട'ത്തിന് ആമുഖം എഴുതിയതാര്?
എ ബാലകൃഷ്ണപിള്ള

1237. 'രാമചരിതം' എഴുതിയിരിക്കുന്ന ലിപി?
വട്ടെഴുത്ത്

1238. വർദ്ധമാനൻ എന്ന കഥാപാത്രം ആനന്ദിന്റെ ഏതു നോവലിലാണ് പ്രത്യക്ഷപ്പെടുന്നത്?
വ്യാസനും വിഘ്നേശ്വരനും

1239. കാരൂർ നീലകണ്ഠ പിള്ള എഴുതിയ ഒരേയൊരു നോവൽ?
ഗൗരി

1240. 'ഗൗരി' എന്ന കഥ രചിച്ചതാര്?
ടി പത്മനാഭൻ

1241. സി എസ് സുബ്രഹ്മണ്യൻ പോറ്റിയുടെ 'ഒരു വിലാപ'ത്തിന് അവതാരിക എഴുതിയതാര്?
അപ്പൻ തമ്പുരാൻ

1242. വിശ്വൻ കുണ്ടൂർ എന്ന കഥാപാത്രം പ്രത്യക്ഷപ്പെടുന്ന പ്രശസ്തമായ കഥ?
കൊമാല (സന്തോഷ് ഏച്ചിക്കാനം)

1243. പഴഞ്ചേരി ഭഗവതിയെ വാഴ്ത്തിക്കൊണ്ട് അവസാനിപ്പിക്കുന്ന കാവ്യം?
ഉണ്ണിയച്ചീചരിതം

1244. തമിഴിന്റെയും സംസ്കൃതത്തിന്റെയും ഗാഢാശ്ലേഷത്തിൽനിന്നും മലയാളത്തിലെ പാട്ടുപ്രസ്ഥാനം വഴിപിരിയുന്നത് ഏത് കൃതിയിലൂടെയാണ്?
കൃഷ്ണഗാഥയിലൂടെ

1245. ദ്രുതകാകളി കിളിപ്പാട്ടു വൃത്തമായി ആദ്യം ഉപയോഗിച്ചത്?
കോട്ടയം കേരളവർമ്മ

1246. 'രാമചന്ദ്രവിലാസ'ത്തിൽ കാണപ്പെടുന്ന അലങ്കാരം?
യമകം, ചിത്രസർഗ്ഗം

1247. നാലപ്പാടന്റെ കണ്ണുനീർത്തുള്ളിയോട് രചനാപരമായ സാമ്യവും ദാർശനികമായ അടുപ്പവും പുലർത്തുന്ന രചന?
ബാഷ്പാഞ്ജലി (കെ കെ രാജ)

1248. 'വളപ്പൊട്ടുകൾ' എന്ന കവിതാസമാഹാരത്തിന്റെ കർത്താവ്?
എം ആർ ബി

1249. പുത്രവിയോഗം ഹേതുവായി മലയാളത്തിലുണ്ടായ ആദ്യവിലാപകാവ്യം?
'ഒരു വിലാപം' (നടുവത്ത് അച്ഛൻ നമ്പൂതിരി)

1250. 'ഓടയിൽ നിന്ന്' എന്ന നോവൽ ഇംഗ്ലീഷിലേക്ക് 'ഫ്രം ദി ഗട്ടർ' എന്ന പേരിൽ തർജ്ജുമ ചെയ്തതാര്?
ഇ എം ജെ വെണ്ണിയൂർ

1251. ശുദ്രസന്ദേശ കാവ്യങ്ങളെ പരിഹസിക്കുവാൻ വേണ്ടി രചിച്ച സന്ദേശകാവ്യം?
കാക സന്ദേശം

1252. ഒരേ ഞെട്ടിൽ വിടർന്ന രണ്ടു പുഷ്പങ്ങൾ എന്ന് സാഹിത്യ ചരിത്രകാരന്മാർ വിശേഷിപ്പിക്കുന്ന കവികൾ?

ചങ്ങമ്പുഴ കൃഷ്ണപിള്ള – ഇടപ്പള്ളി രാഘവൻപിള്ള

1253. ജി യുടെ 'സൂര്യകാന്തി' എന്ന കവിത ഏതു സാഹിത്യ പ്രസ്ഥാനത്തിൽപ്പെടുന്നു?

സിംബലിസം

1254. 1913 ൽ പ്രസിദ്ധീകരിച്ച ഉള്ളൂർ എസ് പരമേശ്വരയ്യരുടെ 'ഉമാകേരളം' മഹാകാവ്യത്തിന്റെ ഉള്ളടക്കം?

ചരിത്രപരം

1255. 'അടുത്തു നില്പോരനുജനെ നോക്കാനക്ഷികളില്ലാത്തോർ
ക്കരൂപനീശ്വരനദൃശ്യനായാലതിലെന്താശ്ചര്യം' – എന്നീ വരികൾ ഏതു കവിതയിലേതാണ്?

പ്രേമസംഗീതം

1256. 'മനസ്വിനി', 'കാവ്യനർത്തകി' എന്നീ ചങ്ങമ്പുഴ കൃഷ്ണപിള്ളയുടെ കവിതകൾ ഉൾക്കൊള്ളുന്ന സമാഹാരം?

സ്വരരാഗസുധ

1257. 'കുരുക്ഷേത്രം' എന്ന കവിതയുടെ കർത്താവ്?

അയ്യപ്പപ്പണിക്കർ

1258. 'വായനക്കാർക്ക് ഇഷ്ടമാണെങ്കിൽ
സങ്കല്പ വായുവിമാനത്തിലേറിയാലും' – എന്നീ വരികൾ ഏതു കൃതിയിലേതാണ്?

കിളിക്കൊഞ്ചൽ

1259. 'ശാകുന്തള'ത്തിന്റെ ഗദ്യപരിഭാഷ തയ്യാറാക്കിയത്?

ആയില്യം തിരുനാൾ മഹാരാജാവ്

1260. പാശ്ചാത്യമായ കഥകളും അവതരണ രീതിയിൽ അന്യദേശ സ്വാധീനവും പ്രകടമായ കലാരൂപം?

ചവിട്ടുനാടകം

1261. 'നിങ്ങൾക്കിതൊന്നും മനസ്സിലാകുന്നില്ല
നിങ്ങൾ എലികളോ മനുഷ്യരോ' – ഈ വരികൾ എഴുതിയതാര്?

എൻ വി കൃഷ്ണവാരിയർ

1262. ഭാരതീയ ഭാഷകളിൽ ഏറ്റവും കൂടുതൽ വിവർത്തനങ്ങൾ ഉണ്ടായിട്ടുള്ള സംസ്കൃത നാടകം?

അഭിജ്ഞാന ശാകുന്തളം

1263. 'ആരോഹണം' എന്ന നോവലിന്റെ കർത്താവ്?

വി കെ എൻ

1264. ഒ വി വിജയന്റെ 'ഖസാക്കിന്റെ ഇതിഹാസ'ത്തിലെ മുഖ്യ കഥാപാത്രം?

രവി

1265. തിരുവിതാംകൂറിന്റെ ചരിത്രവുമായി ബന്ധപ്പെട്ട കെ സുരേന്ദ്രന്റെ നോവൽ?

ജ്വാല

1266. ബോധധാരാ സങ്കേതമുപയോഗിച്ച് പാറപ്പുറം രചിച്ച നോവൽ?

അരനാഴികനേരം

1267. മലയാളത്തിലെ ആദ്യത്തെ ചെറുകഥയായ 'വാസനാവികൃതി' പ്രസിദ്ധീകരിച്ച മാസിക?

വിദ്യാവിനോദിനി

1268. കേരള ഭാഷയെ സംസ്കൃതത്തിന്റെ അടിമയാക്കാൻ തുനിഞ്ഞ കേരളവർമ്മയുടെ നെടുംകോട്ടയ്ക്കുള്ളിൽനിന്നും ആദ്യമായി വെടിപൊട്ടിച്ചത് രാജരാജവർമ്മയായിരുന്നുവെന്ന് ജോസഫ് മുണ്ടശ്ശേരി പ്രഖ്യാപിച്ചത് ഏത് ഗ്രന്ഥത്തിലാണ്?

രാജരാജന്റെ മാറ്റൊലി

1269. എൻ കൃഷ്ണപിള്ള 'ഭഗ്നഭവനം' എന്ന നാടകം രചിച്ച വർഷം?

1942

1270. 'നാടുഗദ്ദിക' എന്ന നാടകത്തിന്റെ കർത്താവ്?

കെ ജെ ബേബി

1271. 'അള്ളാപ്പിച്ച മൊല്ലാക്ക' ഏതു നോവലിലെ കഥാപാത്രമാണ്?

ഖസാക്കിന്റെ ഇതിഹാസം

1272. 'ആമൻസാർ' എന്ന കഥാപാത്രം പ്രത്യക്ഷപ്പെടുന്ന എം മുകുന്ദന്റെ നോവൽ?

കേശവന്റെ വിലാപം

1273. 'എക്കാലത്തും നോവലിസ്റ്റിന്റെ ഒടുങ്ങാത്ത ഖനിയാണല്ലോ മനുഷ്യ മനസ്സ്' – നോവലിനെപ്പറ്റി ഇങ്ങനെ അഭിപ്രായപ്പെട്ടതാര്?

എം ടി വാസുദേവൻ നായർ (കാഥികന്റെ പണിപ്പുര)

1274. 'അജന്ത' (ശ്യാമസുന്ദരി) എന്ന കവിതയുടെ കർത്താവ്?

ആർ രാമചന്ദ്രൻ

1275. 'പുൽക്കൊടിത്താഴ്വരകൾ കാതിൽപ്പറഞ്ഞുയെന്നെ

കല്ലെറിഞ്ഞവനൊരു സിദ്ധാർത്ഥനെന്ന കുട്ടി' – ഈ വരികൾ ആരുടേതാണ്?

എ അയ്യപ്പൻ (ബുദ്ധനും ആട്ടിൻകുട്ടിയും)

1276. 'ച്യവനൻ' എന്ന കവിതയുടെ കർത്താവ്?
ബാലാമണിയമ്മ

1277. 'എനിക്ക് ആത്മഹത്യ ചെയ്യാൻ മതിയായ കാരണങ്ങൾ ഇല്ലല്ലോ' – ഈ ചെറുകഥയുടെ കർത്താവ്?
സി വി കുഞ്ഞിരാമൻ

1278. 'പ്രതിപാത്രം ഭാഷണഭേദം' എന്ന കൃതിയുടെ കർത്താവ്?
എൻ കൃഷ്ണപിള്ള

1279. 'ചുണ്ടെലി' എന്ന നോവലിന്റെ കർത്താവ്?
വിലാസിനി

1280. 'ചാവേർപ്പട' എന്ന നാടകം രചിച്ചതാര്?
അസീസ്

1281. 'ഹിജഡ' എന്ന കഥ രചിച്ചതാര്?
എം പി നാരായണപിള്ള

1282. 'ഭാഷാ കൗടലീയ'ത്തിന്റെ അവതാരിക എഴുതിയതാര്?
ഡോ. കെ എൻ എഴുത്തച്ഛൻ

1283. 'ആധുനിക ഭാഷാശാസ്ത്രം' എന്ന ഗ്രന്ഥം രചിച്ചതാര്?
ഡോ. കെ എം പ്രഭാകരവാര്യർ

1284. 'വേദശബ്ദരത്നാകാരം' രചിച്ചതാര്?
ഡോ. ഡി ബാബുപോൾ

1285. 'A Comparitive Grammar of Dravidian or South Indian Family of Languages' എന്ന കൃതിയുടെ കർത്താവ്?
റോബർട്ട് കാഡ്വൽ

1286. 'സ്വാഹിലി' എന്ന ഭാഷ ഏത് ഗോത്രത്തിൽപ്പെട്ടതാണ്?
ബാണ്ടു

1287. മലയാളം ഉൾപ്പെടാത്ത ഒരു ഭാഷാഗോത്രത്തിന്റെ പേര്?
ഇന്തോ–യൂറോപ്യൻ

1288. 'കണ്ണശ്ശരാമായണത്തെ കാച്ചിക്കുറുക്കിയ രാമായണകാവ്യം' എന്ന് വിശേഷിപ്പിച്ചതാര്?
പുതുശ്ശേരി രാമചന്ദ്രൻ

1289. 'തദുത്തമം ഭാഷാ രസപ്രാധാന്യേ' –ഇങ്ങനെ അഭിപ്രായപ്പെട്ടതാര്?
ലീലാതിലകകാരൻ

1290. ലീലാതിലകകാരൻ പരിചയപ്പെടുത്തുന്ന അഞ്ചുതരം മണിപ്രവാളങ്ങൾ ഏതെല്ലാം?
ഉത്തമം, ഉത്തമകല്പം, മധ്യമം, മധ്യമകല്പം, അധമം

1291. 'കോകസന്ദേശ'ത്തിന്റെ മറ്റൊരു പേര്?

ചക്രവാക സന്ദേശം

1292. സർദാർ കെ എം പണിക്കർ എഴുതിയ സന്ദേശകാവ്യം ഏതാണ്?

ഭൂപസന്ദേശം

1293. സന്ദേശപ്പാട്ട്, അമ്മാനപ്പാട്ട് എന്നീ പാട്ടുവിശേഷങ്ങളെ പരാമർശിക്കുന്ന ചമ്പുകാവ്യം?

ഉണ്ണിച്ചിരുതേവി ചരിതം

1294. 'സ്മരണ മണ്ഡലം' എന്ന പ്രശസ്തമായ ആത്മകഥ ആരുടേതാണ്?

സാഹിത്യപഞ്ചാനനൻ പി കെ നാരായണപിള്ള

1295. കഥകളി മഞ്ജരിയുടെ കർത്താവ്?

ഡോ. എസ് കെ നായർ

1296. 'കനക്കുമർത്ഥവും സുധകണക്കേ പദനിരയും' ഏത് ആട്ടക്കഥയിൽ ഉള്ളതാണ് ഈ വരികൾ?

നളചരിതം

1297. ബ്രഹ്മദത്തൻ ഏതു കവിയുടെ പേരായിരുന്നു?

പൂന്താനം

1298. 'കർണ്ണശപഥം ആട്ടക്കഥ' ആരുടേതാണ്?

മാലി വി മാധവൻനായർ

1299. ആത്മകഥാംശങ്ങൾ ഉൾക്കൊള്ളുന്ന കുമാരനാശാന്റെ ലഘുകാവ്യം ഏതാണ്?

ഗ്രാമവൃക്ഷത്തിലെ കുയിൽ

1300. 'കഥയും ഭാവുകത്വപരിണാമവും' എന്ന പഠന ഗ്രന്ഥത്തിന്റെ കർത്താവ്?

കെ എസ് രവികുമാർ

1301. 'ഉമ്മാടെ ദുഃഖം' എന്ന കാവ്യകൃതിയുടെ കർത്താവ്?

അർണ്ണോസ് പാതിരി

1302. ദേശീയ ബോധത്തിന്റെയും പ്രകൃതിസൗന്ദര്യത്തിന്റെയും കവി?

വള്ളത്തോൾ നാരായണമേനോൻ

1303. "വൈലോപ്പിള്ളിക്കവിതയുടെ ഏറ്റവും വലിയ സവിശേഷത അതിലുടനീളം തുടിക്കുന്ന മനുഷ്യ പ്രേമാത്മകമായ ശാസ്ത്രബോധമാണ്. അതദ്ദേഹത്തിന്റെ വ്യക്തിമുദ്രയാണ്" എന്ന് വിലയിരുത്തിയതാര്?

എം എൻ വിജയൻ

1304. 'കർമ്മവിപാകം' എന്ന ആത്മകഥയുടെ കർത്താവ്?
വി ടി ഭട്ടതിരിപ്പാട്

1305. 'എ മൈനസ് ബി' എന്ന നോവൽ രചിച്ചതാര്?
കോവിലൻ

1306. വെണ്മണി പാരമ്പര്യത്തെ അനുസ്മരിപ്പിക്കുന്ന വള്ളത്തോൾ നാരായണമേനോന്റെ ശൃംഗാരകാവ്യം?
വിലാസലതിക

1307. ഒരു നായയെ പ്രധാന കഥാപാത്രമാക്കി 'പരിണാമം' എന്ന നോവൽ രചിച്ചത്?
എം പി നാരായണപിള്ള

1308. 'സമത്വവാദി' എന്ന നാടകത്തിന്റെ രണ്ടാം പതിപ്പിന് അവതാരിക എഴുതിയത്?
എൻ കൃഷ്ണപിള്ള

1309. 'റുബായി'യത്തിന് 'രസികരസായനം' എന്ന പേരിൽ വിവർത്തനം തയ്യാറാക്കിയത്?
കെ എം പണിക്കർ

1310. ആദ്യത്തെ എക്സിസ്റ്റൻഷ്യലിസ്റ്റിക് കൃതിയാണ് 'ശബ്ദങ്ങൾ' എന്ന് അഭിപ്രായപ്പെട്ടത്?
ഡോ. കെ എം തരകൻ

1311. 'കണ്ണീർപ്പാടം' എന്ന കവിതയുടെ കർത്താവ്?
വൈലോപ്പിള്ളി ശ്രീധരമേനോൻ

1312. 'നീലക്കരിമുകിൽ തോപ്പുകളെല്ലാം
തീയിട്ടുസംസ്കാരം കണ്ണടയ്ക്കുമ്പോൾ
നീയറിയുന്നോ വായനക്കാരാ
നീറുമെന്നുള്ളിൽ നിറയും വ്യഥകൾ' –ആരുടെ വരികളാണ് ഇത്?
അയ്യപ്പപ്പണിക്കർ (കുരുക്ഷേത്രം)

1313. 'ഒരു ഉത്സവത്തിന്റെ ഓർമ്മയിൽനിന്ന്' എന്ന കവിത രചിച്ചത് ആര്?
പുനലൂർ ബാലൻ

1314. 'ഞണ്ട്' എന്ന ചെറുകഥ രചിച്ചത്?
സി അയ്യപ്പൻ

1315. 'ഉംബർട്ടോ എക്കോ' എന്ന ചെറുകഥയുടെ കർത്താവ്?
ബി മുരളി

1316. 'ഹൃദയത്തിലെ കുരിശുകൾ' എന്ന നിരൂപണ ഗ്രന്ഥത്തിന്റെ കർത്താവ്?
ഡോ. സി ജി രാജേന്ദ്രബാബു

1317. ബഹുവ്രീഹി സമാസത്തിന് ഉദാഹരണം കണ്ടെത്തുക?
നാന്മുഖൻ

1318. എരി + കറി = എരിക്കറി – എന്നത് ഏത് സന്ധിക്ക് ഉദാഹരണമാണ്?
ദ്വിത്വ സന്ധി

1319. ദന്ത്യൗഷ്ഠ്യത്തിന് ഉദാഹരണം?
വ

1320. ഉത്തമപുരുഷ സർവ്വനാമത്തിനുദാഹരണം എഴുതുക?
ഞാൻ

1321. പാക്ഷികവിനയെച്ചത്തിന് ഉദാഹരണം?
ചെയ്യുകിൽ

1322. അല്പവിരാമ (comma)ത്തിന്റെ മറ്റൊരു പേര്?
അങ്കുശം

1323. 'ആട്ടക്കഥ' എന്ന ഗ്രന്ഥത്തിന്റെ കർത്താവ്?
പി കൃഷ്ണൻനായർ

1324. ചമ്പൂഗദ്യങ്ങൾ ഉണ്ടാക്കാൻ ദണ്ഡകങ്ങളെ ഉപയോഗിച്ചു തുടങ്ങിയ കവി?
പുനം നമ്പൂതിരി

1325. എൻ കൃഷ്ണപിള്ള മലയാളത്തിന്റെ ഉപനിഷത്ത് എന്ന് വിളിച്ചത് ഏത് കൃതിയെയാണ്?
ഹരിനാമകീർത്തനം

1326. കോക സന്ദേശം സഹൃദയസമക്ഷം അവതരിപ്പിച്ചതാര്?
കുട്ടമശ്ശേരി നാരായണപ്പിഷാരടി

1327. നാടോടി തമിഴ് കലർന്ന ഭാഷയിൽ കമ്പരാമായണത്തെ ആശ്രയിച്ചു രചിച്ച കൃതി?
രാമകഥാപ്പാട്ട് (അയ്യിപ്പിള്ള ആശാൻ)

1328. ബ്രഹ്മാണ്ഡപുരാണം കിളിപ്പാട്ടിന്റെ കർത്താവ്?
എഴുത്തച്ഛൻ തുഞ്ചത്ത് രാമാനുജൻ എഴുത്തച്ഛൻ

1329. മഹാഭാരതത്തിന്റെ പർവ്വങ്ങൾ എത്ര?
18

1330. 1962 ൽ വയലാർ രാമവർമ്മയ്ക്ക് കേരള സാഹിത്യ അക്കാദമി അവാർഡ് കിട്ടിയ കൃതി?
സർഗ്ഗസംഗീതം

1331. 'സൗന്ദര്യത്തിന്റെ പടയാളികൾ' എന്ന കൃതിയുടെ കർത്താവ്?
തിരുനെല്ലൂർ കരുണാകരൻ

1332. ഉണ്ണുനീലി സന്ദേശം ആദ്യമായി പ്രത്യക്ഷപ്പെട്ട മാസിക?
രസികരഞ്ജിനി

1333. 'ചോലമരങ്ങൾ' എന്ന കൃതിയുടെ കർത്താവ്?
കെ സരസ്വതിയമ്മ

1334. 1984 ൽ സുഗതകുമാരിക്ക് വയലാർ അവാർഡ് നേടിക്കൊടുത്ത കൃതി?
അമ്പലമണി

1335. 'പുതിയ ആകാശം പുതിയ ഭൂമി' എന്ന നാടകത്തിന്റെ രചയിതാവ്?
തോപ്പിൽഭാസി

1336. അരവിന്ദൻ എന്ന കഥാപാത്രം എം മുകുന്ദന്റെ ഏത് നോവലിലാണ് പ്രത്യക്ഷപ്പെടുന്നത്?
ദൽഹി

1337. ആദ്യത്തെ വയലാർ അവാർഡ് നേടിയതാര്?
ലളിതാംബിക അന്തർജ്ജനം

1338. ട്രോജൻ യുദ്ധത്തെ ആസ്പദമാക്കിയുള്ള പ്രസിദ്ധ കൃതി?
ഇലിയഡ്

1339. "അഗ്നിമീതെ നടന്നവനെ കുറിച്ച്" എന്ന് നെറ്റിയാടൻ ജോസഫിന്റെ കൃതിയിൽ ആരെക്കുറിച്ചാണ് പറയുന്നത്?
നക്സലൈറ്റ് വർഗ്ഗീസിനെക്കുറിച്ച്

1340. 'നിരന്ന പീലികൾ നിരക്കവേകുത്തി
നെറുകയിൽകൂട്ടിത്തിറമോടുകെട്ടി' – വൃത്തമേത്?
അന്നനട

1341. 'കിളിപ്പാട്ടിലെ ഭാഷ ഒരു എടുത്തുചാട്ടമല്ല' എന്ന് അഭിപ്രായപ്പെട്ടതാര്?
കെ എൻ എഴുത്തച്ഛൻ

1342. മലയാളത്തിൽ ആദ്യമായി UNESCO അവാർഡ് നേടിയ കൃതി?
കേരളത്തിലെ ആഫ്രിക്ക

1343. 'കാവ്യം ഗ്രാഹ്യമലങ്കാരത്' ആരുടേതാണ് ഈ കാവ്യ നിരീക്ഷണം?
വാമനാചാര്യർ

1344. മലയാണ്മ നിഘണ്ടു രചിച്ചതാര്?
റിച്ചാർഡ് കോളിൻസ്

1345. റെയിൽവേ സ്റ്റേഷനിൽ കിടക്കുന്ന വൃദ്ധന്റെ ദയനീയാവസ്ഥ കണ്ട് വിഷമിച്ച് വള്ളത്തോൾ എഴുതിയ കവിത?

മാപ്പ്

1346. 'ആതി' എന്ന നോവലിന്റെ കർത്താവ്?

സാറാ ജോസഫ്

1347. അവാർഡ് എന്ന പ്രക്രിയയെ വിമർശിച്ചുകൊണ്ടെഴുതിയ സ്വർണ്ണ മത്സ്യങ്ങൾ എന്ന ലേഖനം ഉൾപ്പെട്ട കൃതിക്കു കേരള സാഹിത്യ അക്കാദമി അവാർഡു നൽകി ആദരിക്കുകയുണ്ടായി. കൃതി ഏത്?

ചിതയിലെ വെളിച്ചം

1348. മാമാങ്കം പരാമർശിക്കപ്പെടുന്ന മണിപ്രവാളകാവ്യം ഏത്?

കോക സന്ദേശം

1349. 'പൈങ്കനെത്തിയിട്ടില്ല

പോയിട്ട് നാളേഴെട്ടായ്' – എന്നാരംഭിക്കുന്ന ജി ശങ്കരക്കുറുപ്പിന്റെ കവിത?

മൂന്നരുവിയും ഒരു പുഴയും

1350. 'ചൊല്ലുള്ളതിൽ കവിഞ്ഞുള്ളതെല്ലാം' – അലങ്കാരശാസ്ത്രമനുസരിച്ച് എന്താണ്?

അതിശയോക്തിയാം

1351. ചേരുംപടി ചേർക്കുക.

പട്ടിക I	**പട്ടിക II**
a) സാമ്യോക്തി	1) ഉല്ലേഖം
b) വാസ്തവോക്തി	2) അനന്വയം
c) ശ്ലേഷോക്തി	3) പര്യായം
d) അതിശയോക്തി	4) വക്രോക്തി

a2, b3, c4, d1

1352. 'പൊരുചിലതന്നെ നമസ്കൃതി ചെയ്തഥ

പൊടിയുമൊഴിഞ്ഞു കൊടുത്തേൻ വാണം' – ഈ വരികൾ ഏത് കൃതിയിലേതാണ്?

ഭാരതമാല

1353. 'കലഹിനീദമനകം' ഏതു വിദേശ നാടകത്തിന്റെ പരിഭാഷയാണ്?

ടേമിങ് ഓഫ് ദി ഷ്രൂ

1354. അമ്മായിയമ്മപ്പോര് പ്രമേയമാകുന്ന നാടകം?

മറിയാമ്മ നാടകം

1355. 'ഗുരുവാക്കാമിച്ഛപോലെ പാടി നീട്ടി ലഘുക്കളെ' –എവിടെ?
ഭാഷാവൃത്തങ്ങളിൽ

1356. ബ്രഹ്മണിപ്പാട്ടുകൾ എന്നാൽ?
ഭഗവതി ക്ഷേത്രങ്ങളിൽ പാടിയിരുന്ന പാട്ടുകൾ

1357. 'മറൈൻ കാറ്റീൻ' എന്ന കൃതിയുടെ കർത്താവ്?
സുസ്മേഷ് ചന്ത്രോത്ത്

1358. ദേവകി ബഹൻ എന്ന കഥാപാത്രം ഏത് നോവലിൽ?
അഗ്നിസാക്ഷി

1359. 'നാലു കാലുള്ളൊരു നങ്ങേലിപ്പെണ്ണിനെ
കോലു നാരായണൻ കട്ടോണ്ടുപോയ്' – വൃത്തമേത്?
നതോന്നത

1360. മകനെ തൂക്കിലേറ്റുന്നതിന്റെ തലേന്ന് ജയിലിലെത്തി പൊതിച്ചോറു കൊണ്ട് അവന് ശ്രാദ്ധമൂട്ടിയ അച്ഛന്റെ കഥ പറയുന്ന ഒ വി വിജയന്റെ ചെറുകഥ?
കടൽത്തീരത്ത്

1361. ചാന്നാർ ലഹള നടന്ന വർഷം?
1822

1362. 'അകലങ്ങളിലെ മനുഷ്യൻ' എന്ന യാത്രാവിവരണ കൃതി രചിച്ചത്?
രവീന്ദ്രൻ

1363. 'പട്ടണം' എന്ന പ്രാചീന കേരളീയ നഗരം പരാമർശിക്കപ്പെടുന്ന കവിത?
പയ്യന്നൂർ പാട്ട്

1364. സ്റ്റേറ്റ് കോൺഗ്രസ്സ് തിരുവിതാംകൂറിൽ രൂപംകൊണ്ടത് എന്ന്?
1938

1365. 'കഥയുറങ്ങുന്ന വഴിയിലൂടെ' എന്ന കൃതിയുടെ കർത്താവ്?
കെ തായാട്ട്

1366. ഐക്യകേരള പ്രസ്ഥാനം നിലവിൽ വന്നതെന്ന്?
1956

1367. ലക്ഷ്മീദാസന്റെ ശുകസന്ദേശത്തിന് ധർമ്മഗുപ്തൻ എഴുതിയ വ്യാഖ്യാനം?
വരവർണ്ണിനി

1368. ആദ്യത്തെ എഴുത്തച്ഛൻ പുരസ്കാരം നേടിയതാര്?
ശൂരനാട് കുഞ്ഞൻപിള്ള

1369. മാര കഥാപാത്രമായി വരുന്ന പ്രശസ്തമായ നോവൽ?
നെല്ല് (പി വൽസല)

1370. 'പഞ്ചതന്ത്ര'ത്തിന്റെ കർത്താവ്?
വിഷ്ണുശർമ്മൻ

1371. മലയാളം എന്ന പദം ആദ്യമായി പരാമർശിക്കപ്പെടുന്നത്?
ഉണ്ണിയച്ചീചരിതത്തിൽ

1372. 'സ്വർഗ്ഗവും തൃണപ്രായം നിങ്ങൾക്കു;
ജഗത്തിങ്കൽ
മൃഗയമായൊന്നേയുള്ളൂ;
സ്വാതന്ത്ര്യം സാക്ഷാൽ
മോക്ഷം' – ആരുടെ വരികൾ?
വള്ളത്തോൾ നാരായണ മേനോൻ

1373. 'അടിമകളെങ്ങനെ ഉടമകളായി' എന്ന കൃതിയുടെ കർത്താവ്?
വിഷ്ണുഭാരതീയൻ

1374. 'ഹിമവാന്റെ മുകൾത്തട്ടിൽ' എന്ന കൃതിയുടെ കർത്താവ്?
രാജൻ കാക്കനാടൻ

1375. എൻഡോസൾഫാൻ എന്ന കീടനാശിനിയാൽ ദുരിതമനുഭവിക്കുന്ന മനുഷ്യരുടെ ജീവിതം പ്രമേയമാകുന്ന നോവൽ?
എൻമകജെ

1376. ബോധധാരസങ്കേതം ഉദാഹരിക്കുന്ന കോവിലന്റെ നോവൽ ഏത്?
തോറ്റങ്ങൾ

1377. 'കൊച്ചുചക്കരച്ചി' ഏതു സാഹിത്യ വിഭാഗത്തിൽപ്പെടുന്നു?
ഉപന്യാസം

1378. ഭിന്നസംഖ്യ എന്ന ചെറുകഥ രചിച്ചത് ആര്?
ഗ്രേസി

1379. ആധുനിക കവിതകളുടെ സമാഹാരമായ 'ഹരിശ്രീ'ക്ക് അവതാരിക എഴുതിയ കവി?
കെ സച്ചിദാനന്ദൻ

1380. 'വാങ്ങുക കുടിക്കുക പുറത്തേക്കെറിയുക
ജീവിതം നിറച്ചൊരീ കൂടുകൾ നാളെക്കില്ല' – ആരുടെ വരികൾ?
പി പി രാമചന്ദ്രൻ

1381. നാടൻപാട്ടിന്റെ രീതിയിൽ ജി ശങ്കരക്കുറുപ്പ് എഴുതിയ കാവ്യം ഏത്?
മൂന്നരുവിയും ഒരു പുഴയും

1382. 2013 ൽ എം എൻ പാലൂരിന് കേന്ദ്ര സാഹിത്യ അക്കാദമി പുരസ്കാരം നേടിക്കൊടുത്ത കൃതി?

കഥയില്ലാത്തവന്റെ കഥ

1383. എന്താണ് കടവല്ലൂർ അന്യോന്യം?

ഋഗ്വേദപരീക്ഷ

1384. കടമ്മനിട്ട രാമകൃഷ്ണന്റെ 'കുറത്തി' എന്ന കവിത വിപ്ലവവിരുദ്ധമാണെന്ന് അപനിർമ്മിച്ച നിരൂപകൻ?

വി സി ശ്രീജൻ

1385. ചേരുംപടി ചേർക്കുക

പട്ടിക I	പട്ടിക II
a) ലന്ത	1) പോർട്ടുഗീസ്
b) പറങ്കി	2) ഫ്രഞ്ച്
c) പരന്ത്രീസ്	3) ഡച്ച്
d) ബിലാത്തി	4) ജർമ്മൻ
	5) ഇംഗ്ലീഷ്

a3, b1, c2, d5

1386. 'കാളിയമർദ്ദനം' എന്ന കഥയുടെ രചയിതാവ്?

ചെറുകാട് ഗോവിന്ദപ്പിഷാരടി

1387. 'കാന്തിയുഞ്ചെൽവമും മിക്ക
കാന്തളൂർശാല കാണലാം' - ഏതു കൃതിയുടെ വർണ്ണന?

അനന്തപുരം വർണ്ണനം

1388. ചിന്താരത്നത്തിന് ശാസ്ത്രീയമായ സംശോധിത സംസ്കരണം തയ്യാറാക്കിയ പണ്ഡിതൻ?

ഡോ. പി കെ നാരായണപിള്ള

1389. 'ചിന്തൂരത്തിൻ കവിൾത്തേറലുണ്ടുണ്ടുടൻ
ചിന്തൂരത്തിമ്പമായ് വണ്ടു പാടിന്റിടം' - ഈ വരികൾ ഏതു കൃതിയിൽ നിന്നെടുത്തതാണ്?

ഉണ്ണിയാടീചരിതം

1390. ഗുരുവായൂർ സത്യഗ്രഹം നടന്ന വർഷം?

1931

1391. 'ഹറാമ്പറന്നോളേ! നിന്റെ മാനം ലക്ഷീര്
ഞാനിന്റെ ഉമ്മയാ! ആനമക്കാരിന്റെ പുന്നാരമോള്'-ഏതു നോവലിലെ ഭാഷണമാണിത്?

ന്റുപ്പുപ്പാക്കൊരാനേണ്ടാർന്നു

1392. 'കോഴി' എന്ന നോവൽ രചിച്ചതാര്?
കാക്കനാടൻ
(കോഴി എന്ന കഥ – വി കെ എൻ, കോഴി എന്ന കവിത – കടമ്മനിട്ട രാമകൃഷ്ണൻ)
1393. ഘർഷിക്ക് (fricative) ഉദാഹരണം എഴുതുക?
ഷ
1394. ശങ്കരാചാര്യരുടെ 'മനീഷാ പഞ്ചകത്തെ' ഉപജീവിച്ച് കെ പി കറുപ്പൻ രചിച്ച കവിത?
ജാതിക്കുമ്മി
1395. ചന്ദ്രോത്സവം നടന്നതായി പറയപ്പെടുന്ന പ്രദേശം?
ചിറ്റിലപ്പള്ളി
1396. 'ചെമ്മീൻ', 'കയർ' എന്നീ നോവലുകൾ ഏതു തിണ സങ്കല്പങ്ങളുമായി ചേർത്തു വായിക്കാം?
നെയ്തൽ, മരുതം
1397. 'കാക്കാരശ്ശി നാടകം' എന്ന കൃതിയുടെ കർത്താവ്?
ജി ഭാർഗ്ഗവൻപിള്ള
1398. 'ഇനി ഞാൻ ഉറങ്ങട്ടെ' എന്ന നോവലിലെ നായിക?
പാഞ്ചാലി
1399. 'തിരുത്ത്' എന്ന ചെറുകഥയുടെ കർത്താവ്?
എൻ എസ് മാധവൻ
1400. വൃത്തശാസ്ത്രമനുസരിച്ച് സർവ്വലഘു വരുന്ന വൃത്തഗണം?
നഗണം
1401. 'പുഴ' എന്ന ചെറുകഥയുടെ കർത്താവ്?
വെട്ടൂർ രാമൻനായർ
1402. സർ റിയലിസത്തിന്റെ ഉപജ്ഞാതാവാര്?
ആന്ദ്രേ ബ്രെറ്റൻ
1403. 'നല്ലവനായ കാട്ടാളൻ' എന്ന് കടമ്മനിട്ടയെ വിശേഷിപ്പിച്ചതാര്?
ടി പി സുകുമാരൻ
1404. 'History of Malayalam Language' എന്ന ഗ്രന്ഥമെഴുതിയതാര്?
കെ എം പ്രഭാകരവാര്യർ
1405. ഭാഷാപോഷിണിയുടെ ആദ്യത്തെ അദ്ധ്യക്ഷൻ?
കേരളവർമ്മ വലിയകോയിത്തമ്പുരാൻ
1406. നവോത്ഥാന കാഥികന്മാർക്ക് മാർഗ്ഗദർശിയായ നിരൂപകൻ ആര്?
കേസരി ബാലകൃഷ്ണപിള്ള

1407. “ഉത്തരാധുനികത അട്ടിമറിയുടെ സാഹിത്യമാണ്” ഇങ്ങനെ വില യിരുത്തിയത് ആരാണ്?

കെ പി അപ്പൻ

1408. മലയാളത്തിലെ ആദ്യത്തെ ഫെമിനിസ്റ്റ് കഥാകാരി എന്ന് വിശേ ഷിപ്പിക്കപ്പെടുന്ന എഴുത്തുകാരി ആര്?

കെ സരസ്വതിയമ്മ

1409. പുസ്തകങ്ങളേക്കാൾ പരിസരങ്ങളെയാണ് താൻ കഥയെഴുതാൻ ആശ്രയിച്ചിട്ടുള്ളതെന്ന് സാക്ഷ്യപ്പെടുത്തുന്ന കഥാകാരൻ?

കാരൂർ നീലകണ്ഠപിള്ള

1410. 'The theeya dialect' (ദി തീയ്യ ഡയലക്ട്) എന്ന ഗ്രന്ഥത്തിന്റെ കർത്താവ്?

സി ജെ റോയ്

1411. സാഹിത്യപഞ്ചാനനൻ പി കെ നാരായണപിള്ളയുടെ ‘വിമർശനത്രയ’ ത്തിന് അവതാരിക എഴുതിയതാര്?

സുകുമാർ അഴീക്കോട്

1412. ഇന്ദുലേഖയെ മഹാകാവ്യം എന്ന് വിളിച്ച് ഗദ്യത്തെയും മഹാകാ വ്യമായി കണ്ട ആദ്യ നിരൂപകൻ?

എ ആർ രാജരാജവർമ്മ

1413. ‘രീതിദർശനം’ എന്ന കൃതിയുടെ കർത്താവ്?

ചാത്തനാത്ത് അച്യുതൻ ഉണ്ണി

1414. ‘സുവർണ്ണകൈരളി’ എന്ന ഗ്രന്ഥത്തിന്റെ കർത്താവ്?

ടി എം ചുമ്മാർ

1415. പള്ളിമതത്തിന്റെയും പൗരോഹിത്യത്തിന്റെയും മുതലാളിത്തത്തി ന്റെയും ദുഷ്പ്രവണതകൾക്കെതിരെ ശക്തമായ കഥകളെഴുതി യതാര്?

പൊൻകുന്നം വർക്കി

1416. ‘കേളീസൗധം’ആരുടെ കഥാസമാഹാരം ആണ്?

ഇ വി കൃഷ്ണപിള്ള

1417. വി ടിയുടെ ‘അടുക്കളയിൽ നിന്ന് അരങ്ങത്തേക്ക്’ എന്ന നാടക ത്തിന് അവതാരിക എഴുതിയതാര്?

കെ കേളപ്പൻ

1418. സൈദ്ധാന്തിക വിമർശനത്തിന് ‘കൈരളീധ്വനി സംഭാവന നല്കിയ നിരൂപകൻ?

പി കെ നാരായണപിള്ള

1419. ‘കുമാരനാശാന്റെ രചനാശില്പം’ എന്ന കൃതിയുടെ കർത്താവ്?

എം എം ബഷീർ

1420. എപിക് നാടകവേദിയുടെ സവിശേഷതകൾ പ്രകടിപ്പിക്കുന്ന സി ജെ തോമസിന്റെ നാടകം?

1928 ൽ ക്രൈം 27

1421. വില്യം ഷേക്സ്പിയറുടെ 'ഹാംലെറ്റ്' പരിഭാഷ രൂപത്തിൽ മലയാളത്തിൽ രചിച്ചത്?

കൈനിക്കര കുമാരപിള്ള (ദുരന്തദുശങ്ക എന്ന പേരിൽ)

1422. 'പ്രതിമയും രാജകുമാരിയും' എന്ന കൃതിയുടെ കർത്താവ്?

പി പത്മരാജൻ

1423. മലയാളത്തിലെ ആദ്യത്തെ ഗദ്യനാടകം?

കലഹിനീദമനകം (കണ്ടത്തിൽ വർഗ്ഗീസ് മാപ്പിള)

1424. തിക്കോടിയൻ രചിച്ച ചരിത്രനോവൽ?

ചുവന്ന കടൽ (1963)

1425. 'വൈത്തിപ്പട്ടർ' ഏതുനോവലിലെ കഥാപാത്രമാണ്?

ശാരദ

1426. മലയാളത്തിലെ ആദ്യ നോവലെന്ന് എം പി പോൾ വിശേഷിപ്പിക്കുന്നത്?

കുന്ദലത (1887)

1427. 'പുരുഷാന്തരങ്ങളിലൂടെ' എന്ന സഞ്ചാരസാഹിത്യകൃതിയുടെ കർത്താവ്?

വയലാർ രാമവർമ്മ

1428. 'കാവ്യാലങ്കാരം' എന്ന കൃതിയുടെ കർത്താവ്?

രുദ്രടൻ

1429. മലയാളവിമർശനത്തിന്റെ പിതാവ്?

കേരളവർമ്മ വലിയകോയിത്തമ്പുരാൻ

1430. മലയാളത്തിലെ ഒന്നാമത്തെ ഗദ്യവിമർശകൻ?

എം പി പോൾ

1431. മലയാളത്തിലെ ആദ്യത്തെ നാടകനിരൂപണഗ്രന്ഥം?

ഭാഷാനാടകപരിശോധന (1938) സി അന്തപ്പായി

1432. ഏറ്റവും ബൃഹത്തായ വേദം?

അഥർവ്വവേദം

1433. കാളിദാസനെപ്പറ്റി പരാമർശമുള്ള ശിലാലിഖിതം?

ഹനുമക്കൊണ്ടശിലാലിഖിതം

1434. വൈക്കം മുഹമ്മദ് ബഷീറിന്റെ ആദ്യ നോവൽ പ്രസിദ്ധീകരിച്ചതെന്ന്?

1944 (ബാല്യകാലസഖി)

1435. പത്മഭൂഷൺ നേടിയ ആദ്യ കേരളീയൻ?
വള്ളത്തോൾ നാരായണമേനോൻ

1436. 'ശീലങ്ങളുടെ സങ്കീർണ്ണമായ വ്യവസ്ഥ' എന്ന് ഭാഷയെ നിർവ്വചിച്ചതാര്?
ഹോക്കറ്റ്

1437. മുല്ലൈ എന്നതുകൊണ്ട് അർത്ഥമാക്കുന്നതെന്ത്?
കാട്
(കുറിഞ്ചി - മലവാരം
മരുതം - വയലും കരയും
പാലൈ - മഴയില്ലാത്ത ഇടം
നൈതൽ - സമുദ്രതീരം)

1438. പാഠകം എന്ന ക്ഷേത്രകലയ്ക്ക് ഉപയോഗിച്ചിരുന്ന ഭാഷാരീതി?
നമ്പ്യാതമിഴ്

1439. ഇബ്രാഹിം ഖാദരി വിമോചകനായി പ്രത്യക്ഷപ്പെടുന്ന നോവൽ?
ആടുജീവിതം

1440. ഇടപ്പള്ളി രാഘവൻപിള്ളയെ സ്മരിക്കുന്ന ബാലചന്ദ്രൻ ചുള്ളിക്കാടിന്റെ കവിത?
നിത്യരാത്രി (പ്രതിനായകൻ എന്ന കവിതാസമാഹാരം)

1441. കുചേലൻ കുഞ്ഞൻനായർ ആരുടെ കഥാപാത്രം?
വയലാർ രാമവർമ്മ

1442. 'എന്നിലൂടെ' എന്ന ആത്മകഥയുടെ കർത്താവ്?
കുഞ്ഞുണ്ണിമാഷ്

1443. പുരുഷന്മാർ മാത്രം അവതരിപ്പിക്കാറുള്ള ഒരു കേരളീയ കലാരൂപം?
സോപാനസംഗീതം

1444. 'ആദിത്യനും രാധയും മറ്റുചിലരും' എന്ന നോവലിന്റെ കർത്താവ്?
എം മുകുന്ദൻ

1445. കണ്ണൻ എന്ന കഥാപാത്രം വരുന്ന കോവിലന്റെ പ്രശസ്തമായ കഥ?
പരിവൃഥ

1446. 'വ്യാസന്റെ ചിരി' ആരുടെ ലേഖനമാണ്?
കുട്ടിക്കൃഷ്ണ മാരാർ

1447. 'വക്കീൽ ഭാരതം' ആരെഴുതിയ കൃതിയാണ്?
പി എ ഗോപാലപിള്ള

1448. കേരളത്തെക്കുറിച്ച് പരാമർശിക്കുന്ന കാളിദാസന്റെ കൃതി?

രഘുവംശം

1449. ഭാഷയിലെ ആദ്യത്തെ ഗീതകം?

വെള്ളിനക്ഷത്രം

1450. "വിഭാനുഭാവ വ്യഭിചാരീ സംയോഗാദ് നിഷ്പത്തി" - ഇങ്ങനെ അഭിപ്രായപ്പെട്ടതാര്?

ഭരതൻ

1451. 'ജോൺമണം' എന്ന കവിതയുടെ കർത്താവ്?

കെ സച്ചിദാനന്ദൻ

1452. 'വായാസി പറയിച്ചൊന്നിളക്കിവെച്ചുറപ്പിച്ചേൻ' നളചരിതത്തിലെ ഏതു കഥാപാത്രം?

ഹംസം

1453. കല്യാണി, രവിവർമ്മൻ തമ്പാൻ എന്നിവർ കമിതാക്കളായെത്തുന്ന മഹാകാവ്യം?

ഉമാകേരളം

1454. കുഞ്ഞേനച്ചൻ ആരുടെ കഥാപാത്രമാണ്?

പാറപ്പുറത്ത് (കെ ഇ മത്തായി)

1455. 'ആത്മാവിലേക്കൊരു തീർത്ഥയാത്ര' എന്ന കൃതിയുടെ കർത്താവ്?

എം പി വീരേന്ദ്രകുമാർ

1456. ഘടനാപരമായി 'കാകളി' യോടേറ്റവും അടുത്തുനിൽക്കുന്ന ഭാഷാവൃത്തം?

മഞ്ജരി

1457. 'ഞാനീ കറുത്തൊരു നീറ്റിൽമുങ്ങി കാണാതെയാവുമ്പോൾ കരയുമോ നീ' - ആരുടെ വരികൾ?

ഇടശ്ശേരി ഗോവിന്ദൻ നായർ

1458. സംസ്കൃതം, മലയാളം, തമിഴ് എന്നീ മൂന്ന് ഭാഷകളുടെയും സമ്മേളനം ദൃശ്യമാകുന്ന കൃതി?

രാമകഥപ്പാട്ട്

1459. 'പഞ്ചതന്ത്രം കിളിപ്പാട്ടി'ന്റെ കർത്താവ്?

കുഞ്ചൻ നമ്പ്യാർ

1460. 'മുറജപപാന'യുടെ കർത്താവ്?

ഇരയിമ്മൻതമ്പി

1461. 'ബഹുജന പ്രസ്ഥാനങ്ങളുടെ വളർച്ചയുടെയും മുന്നേറ്റത്തിന്റെയും ഘട്ടത്തിലുണ്ടായി, വ്യക്തമായും അതിന് ഒരു ഉന്തുകൊടുക്കുവാൻ വേണ്ടിത്തന്നെ സൃഷ്ടിക്കപ്പെട്ട നാടകം?

നിങ്ങളെന്നെ കമ്യൂണിസ്റ്റാക്കി

1462. സ്വാമി എന്ന കാരകാർത്ഥം വരുന്ന വിഭക്തി?

ഉദ്ദേശിക

1463. തനതുനാടകവേദിസങ്കല്പത്തെ സ്വന്തം കൃതികളിലൂടെയും രംഗാവതരണങ്ങളിലൂടെയും വികസിപ്പിച്ച നാടകകൃത്ത്?

കാവാലം നാരായണപ്പണിക്കർ

1464. 'കവിതയിലെ വൃത്തവും ചതുരവും' എന്ന കൃതിയുടെ കർത്താവ്?

അക്കിത്തം അച്യുതൻ നമ്പൂതിരി

1465. സംസ്കൃതവും ദക്ഷിണേന്ത്യൻ ഭാഷകളും ഏകഗോത്രങ്ങളല്ലെന്ന് ആദ്യമായി പ്രഖ്യാപിച്ചതാര്?

എഫ് ഡബ്ല്യു എല്ലിസ്

1466. മലയാള ഭാഷയ്ക്ക് തമിഴിന്റെ പുത്രീപദമാണ് കൊടുക്കേണ്ടതെന്ന് ആദ്യം ചൂണ്ടിക്കാണിച്ചതാര്?

റോബർട്ട് കാഡ്വൽ

1467. മലയാളഭാഷയുടെ ചരിത്രത്തെ പരതന്ത്രഘട്ടം, സംക്രമണഘട്ടം, സ്വതന്ത്രഘട്ടം എന്നിങ്ങനെ വിഭജിച്ചത് ആര്?

സി എൽ ആന്റണി

1468. 'ഭാഷാ ചരിത്ര ചിന്തകൾ' എന്ന കൃതിയുടെ കർത്താവ്?

പ്രൊഫ. ജെ പത്മകുമാരി

1469. നാചുറലിസ്റ്റിക് സമ്പ്രദായത്തിൽ രചിക്കപ്പെട്ട തോപ്പിൽഭാസിയുടെ കൃതി?

കൂട്ടുകുടുംബം

1470. മലയാളത്തിലെ ആദ്യത്തെ ആത്മകഥാകാരൻ?

വൈക്കത്ത് പാച്ചുമൂത്തത്

1471. 'കണ്ടപ്പന്റെ കൊണ്ടാട്ടം' ആദ്യകാല മലയാളകഥയായ ഇത് എഴുതിയതാര്?

അമ്പാടിനാരായണപ്പൊതുവാൾ

1472. വ്യാകൃതി ഏതു കാവ്യത്തിന്റെ വ്യാഖ്യാനമാണ്?

ശുകസന്ദേശം

1473. തമിഴ് സംഘകാലകൃതികളിൽ പ്രധാനപ്പെട്ട അകനാനൂറിലെ മുഖ്യ പ്രമേയം എന്ത്?

കാമം

1474. "മുടി ദൂരെയെറിഞ്ഞു തെണ്ടിടാം
വെടിയാമന്യനുവേണ്ടി ദേഹവും
മടിവിട്ടു ജനേച്ഛ പോലെ തൻ
തടി കാത്തൂഴി ഭരിക്ക ദുഷ്കരം" ആരുടെ വരികൾ?
കുമാരനാശാൻ

1475. ഒ എൻ വി കുറുപ്പിന് ജ്ഞാനപീഠപുരസ്കാരം ലഭിച്ചവർഷം?
2007

1476. കേരളസാഹിത്യഅക്കാദമി സ്ഥാപിതമായ വർഷം?
1956 ആഗസ്ത് 15

14177. 'പരസ്യശരീരം' എന്ന ചെറുകഥാ സമാഹാരത്തിന്റെ കർത്താവ്?
ഇ പി ശ്രീകുമാർ

1478. 'മരം പെയ്യുന്നു' എന്ന നാടകത്തിന്റെ കർത്താവ്?
എ ശാന്തകുമാർ

1479. അമരകോശത്തിന് കൈക്കുളങ്ങര രാമവാര്യർ രചിച്ച വ്യാഖ്യാനത്തിന്റെ പേര്?
ബാലപ്രിയ

1480. തിരുവനന്തപുരം പത്മനാഭസ്വാമിക്ഷേത്രത്തിലെ ഒറ്റക്കൽ മണ്ഡപത്തെക്കുറിച്ച് പരാമർശമുള്ള കാവ്യമേത്?
കുചേലവൃത്തം വഞ്ചിപ്പാട്ട്

1481. അശോകശാസനങ്ങളിൽ കേരളം ഏതു പേരിലാണ് പരാമർശിക്കപ്പെട്ടിട്ടുള്ളത്?
കേരളപുത്രം

1482. നാരായണീയത്തിന് ലക്ഷ്മീവിലാസം എന്ന വ്യാഖ്യാനം രചിച്ചതാര്?
ടി സി പരമേശ്വരൻ മൂസത്

1483. 'എട്ടാമത്തെ മോതിരം' ഏതു വിഭാഗത്തിൽപ്പെട്ട കൃതിയാണ്?
ആത്മകഥ

1484. മേഘസന്ദേശത്തിന് പൂർണ്ണസരസ്വതി രചിച്ച വ്യാഖ്യാനം?
വിദ്യുല്ലത

1485. 'എന്നിലൂടെ' ആരുടെ കവിതാസമാഹാരമാണ്?
ഏഴാച്ചേരി രാമചന്ദ്രൻ

1486. 'മലയാള ചെറുകഥാ സാഹിത്യചരിത്രം' എന്ന കൃതി രചിച്ചതാര്?
ഡോ. എം എം ബഷീർ

1487. നോവൽ സാഹിത്യചരിത്രം എന്ന കൃതി രചിച്ചത്?
കെ എം തരകൻ

1488. കുമാരനാശാന്റെ 'കരുണ' സംഗീത നാടക രൂപത്തിൽ അവതരിപ്പിച്ചതാര്?
സ്വാമി ബ്രഹ്മവ്രതൻ

1489. ആത്മകഥയ്ക്ക് വയലാർ അവാർഡ് നേടിയ എഴുത്തുകാരനാര്?
തിക്കോടിയൻ

1490. വിക്രമനെന്ന തൂലികാനാമത്തിൽ അറിയപ്പെടുന്നതാര്?
സി ആർ കേരളവർമ്മ

1491. 'വെളിച്ചം വിളക്കന്വേഷിക്കുന്നു' എന്ന നാടകത്തിന്റെ കർത്താവ്?
കെ ടി മുഹമ്മദ്

1492. 'പ്രവാചകന്റെ വഴി' എന്ന നോവലിന്റെ കർത്താവ്?
ഒ വി വിജയൻ

1493. രാമാനുജൻ മാസികയുടെ പത്രാധിപത്യം വഹിച്ചിരുന്ന മഹാകവി?
വള്ളത്തോൾ നാരായണ മേനോൻ

1494. 'കൊന്തയിൽ നിന്നും കുരിശിലേക്ക്' എന്ന കൃതി ഏത് സാഹിത്യശാഖയിൽപ്പെടുന്നു?
നോവൽ

1495. 'കുഞ്ചൻ നമ്പ്യാരുടെ കാലം' എന്ന കൃതിയുടെ കർത്താവ്?
സി ഡി ഡേവിഡ്

1496. അതുലൻ രചിച്ച ചരിത്ര കാവ്യം
മൂഷകവംശം

1497. 'ഗീർവാണി വിജയം' എന്ന കൃതിയുടെ കർത്താവ്?
എ ആർ രാജരാജവർമ്മ

1498. മലയാളം സർവ്വകലാശാല നിലവിൽ വന്നത് എന്ന്?
2012 നവംബർ 1

1499. ബുദ്ധതത്ത്വങ്ങളെക്കുറിച്ച് പരാമർശിക്കുന്ന സംഘകാല കൃതി?
മണിമേഖല (ചെന്തമിഴിൽ രചിച്ചു)

1500. കുലശേഖര ആഴ്വാർ രചിച്ച ഭക്തിപ്രബന്ധം?
മുകുന്ദമാല

1501. 'മാപ്പ്' എന്ന ചെറുകഥയുടെ കർത്താവ്?
രാജലക്ഷ്മി

1502. 'മണ്ണുംചാരി നിന്നവൻ പെണ്ണും കൊണ്ടുപോയി' ഇതിന്റെ വ്യംഗ്യാർത്ഥമെന്ത്?

വെറുതെ അവസരം നോക്കിയിരുന്നവൻ കാര്യം നേടി.

1503. വാക്യം, രസാത്മകം, കാവ്യം – ആരാണ് ഇങ്ങനെ നിർവ്വചിച്ചിരിക്കുന്നത്?

വിശ്വനാഥൻ

1504. കാര്യം : വൈശികതന്ത്രം മുൻനിർത്തി മണിപ്രവാളത്തെക്കുറിച്ച് തീർപ്പുകല്പിക്കുന്നത് ശരിയല്ല

കാരണം :

1. വൈശികതന്ത്രം മണിപ്രവാളഘട്ടത്തിലുണ്ടായതല്ല.
2. വൈശികതന്ത്രം ഒറ്റകൃതിയാണെന്നു പറയാൻ നിവൃത്തിയില്ല.
3. വൈശികതന്ത്രത്തിന് മണിപ്രവാള ലക്ഷണം യോജിക്കുന്നില്ല.

കാര്യം ശരി, കാരണം 2 ശരി

1505. കുമാരനാശാന്റെ 'ദുരവസ്ഥ'യെ അഞ്ചടിക്കവിത എന്നുവിളിച്ചതാര്?

ഡോ. എം ലീലാവതി

1506. 'A Study of Malayalam Metres' എന്ന ഗ്രന്ഥത്തിന്റെ കർത്താവ്?

എൻ വി കൃഷ്ണവാര്യർ

1507. ഭാഷാപോഷിണി സഭ എന്ന പേരിലുള്ള ആദ്യത്തെ യോഗം നടന്ന സ്ഥലം?

തൃശ്ശിവപേരൂർ (തൃശ്ശൂർ) 1892

1508. മലയാളസാഹിത്യം സംസ്കൃതത്തിന്റെ പിടിയിൽ നിന്ന് രക്ഷപ്രാപിച്ചാൽ മാത്രമേ അതിന് രക്ഷ കിട്ടുകയുള്ളൂ. സംസ്കൃതത്തെ മാത്രം ആശ്രയിക്കുന്നതാകയാൽ മേലാൽ ഭാഷയ്ക്ക് യാതൊരു മേൽഗതിയുമുണ്ടാകുന്നതല്ല എന്ന് അഭിപ്രായപ്പെട്ടത്?

കേസരി ബാലകൃഷ്ണപിള്ള

1509. 'മനുഷ്യജീവിതത്തെക്കുറിച്ചുള്ള ദുരന്തബോധത്തിന്റെയും ഫലിതബോധത്തിന്റെയും രസകരമായ കലർപ്പാണ് ആധുനിക കഥകൾ'– അഭിപ്രായപ്പെട്ടത്

കെ പി അപ്പൻ

1510. നവോത്ഥാന കാഥികരിൽ റൊമാന്റിക് ഭാവന ഏറ്റവും കൂടുതൽ പ്രദർശിപ്പിച്ച കഥാകാരൻ?

എസ് കെ പൊറ്റെക്കാട്ട്

1511. 'Relative class in Malayalam' എന്ന ഗ്രന്ഥത്തിന്റെ കർത്താവ്?

പി റ്റി എബ്രഹാം

1512. നോവൽ സാഹിത്യമെഴുതാൻ എം പി പോളിനെ പ്രേരിപ്പിച്ച ഇംഗ്ലീഷ് ഗ്രന്ഥം?
'Aspects of Novel' (ഇം എ ഫോസ്റ്റർ)

1513. മലയാളത്തിലെ പരകീയപദങ്ങൾ എന്ന ഗ്രന്ഥത്തിന്റെ കർത്താവ്?
പി എം ജോസഫ്

1514. കാളിദാസനും കാലത്തിന്റെ ദാസൻ എന്ന് അഭിപ്രായപ്പെട്ടതാര്?
ജോസഫ് മുണ്ടശ്ശേരി

1515. പ്രസ്ഥാനപഞ്ചകം (ലക്ഷണഗ്രന്ഥം) എന്ന നിരൂപണഗ്രന്ഥത്തിന്റെ കർത്താവ്?
അപ്പൻ തമ്പുരാൻ

1516. മലയാളത്തിൽ ആദ്യമായി രാഷ്ട്രീയ കഥകളെഴുതിയത് പൊൻകുന്നം വർക്കിയാണെന്ന് ചൂണ്ടിക്കാട്ടിയതാര്?
കേസരി ബാലകൃഷ്ണപിള്ള

1517. പറഞ്ഞാൽ നുണ, എഴുതിയാൽ കഥ എന്ന് വിശ്വസിക്കുന്ന ആദ്യ കാല ചെറുകഥാകൃത്ത്?
കെ സുകുമാരൻ

1518. "ഈ ബോംബിൽ നശിക്കാത്ത യാതൊരു യാഥാസ്ഥിതികത്വവും ഇനി നമ്പൂതിരിമാരുടെ അടുക്കളയിൽ ബാക്കി കാണില്ലെന്ന്" അടുക്കളയിൽ നിന്ന് അരങ്ങത്തേക്ക് എന്ന നാടകത്തെക്കുറിച്ച് പറഞ്ഞത്?
കെ കേളപ്പൻ (അടുക്കളയിൽ നിന്ന് അരങ്ങത്തേക്ക് എന്ന നാടകത്തിന്റെ അവതാരികയിൽ)

1519. 'നായകസങ്കല്പം മലയാളനോവലിൽ' എന്ന കൃതിയുടെ കർത്താവ്?
ജോർജ്ജ് ഓണക്കൂർ

1520. 'വാനുലകിനു സമമാകിയ നിരണ
മഹാദേശേ താൻ വന്നുതുനായാൻ' ഈ വരി എടുത്തത്?
കണ്ണശ്ശരാമായണം ഉത്തരകാണ്ഡം

1521. സി ജെ തോമസ് എഴുതിയ നാടകലക്ഷണഗ്രന്ഥത്തിന്റെ പേര്?
ഉയരുന്ന യവനിക

1522. 'കാൽവരിയിലെ കൽപ്പാദവം' (1936) എന്ന നാടകം രചിച്ചതാര്?
കൈനിക്കര പത്മനാഭപിള്ള

1523. കദംബൻ നമ്പൂതിരി എന്ന പേരുള്ള പ്രശസ്തൻ?
വെൺമണി മഹൻ നമ്പൂതിരിപ്പാട്

1524. മഹാകവി ഉള്ളൂർ എസ് പരമേശ്വരയ്യർ നാടകമായും നോവലായും വിശേഷിപ്പിച്ച കൃതി?

ആൾമാറാട്ടം

1525. ടി പത്മനാഭനുണ്ണി രചിച്ച ചരിത്രനോവൽ?

പ്രതാപസിംഹൻ

1526. ശാരദ എന്ന നോവൽ പ്രസിദ്ധീകരിച്ച വർഷം?

1892

1527. ശ്യാമു അണ്ണാവി ഏതു നോവലിലെ കഥാപാത്രം?

പുല്ലേലിക്കുഞ്ചു

1528. 'മറ്റു പൂച്ചെടി ചെന്നു തിന്നാനെൻ
കൊറ്റനാടിനുണ്ടിപ്പൊഴേ മോഹം'
ഈ വരികളിലെ അലങ്കാരം എഴുതുക?

സമാസോക്തി

1529. 'കടലിരമ്പുന്നു' (1967) എന്ന നാടകത്തിന്റെ കർത്താവ്?

പി ജെ ആന്റണി

1530. അശ്വഘോഷിന്റെ 'ശ്രീബുദ്ധചരിതം' 'സൗന്ദരനന്ദം' എന്നീ രണ്ടു മഹാകാവ്യങ്ങൾ പൂർണ്ണമായും മലയാള ഭാഷയിലേക്ക് വിവർത്തനം ചെയ്ത കവി?

എൻ ടി കൃഷ്ണനുണ്ണി

1531. പാലാ നാരായണൻ നായർ ആസാദിന്റെ ചരമത്തെപ്പറ്റി എഴുതിയ കവിതയേത്?

അമരജ്യോതിസ്സ്

1532. ഉള്ളൂരിന്റെ ഭക്തിദീപിക മനുഷ്യസമത്വദീപിക കൂടിയാണെന്ന് പറഞ്ഞതാര്?

ഡോ. എം ലീലാവതി

1533. മരിച്ചുപോയ അനേകം വ്യക്തികളെപ്പറ്റി വിലപിക്കുന്ന ആദ്യത്തെ കൃതിയേത്?

ഗ്രാമീണശ്മശാനം

1534. 'നിന്നു ലളിതേ നീയെൻ മുൻപിൽ
നിർവൃതി തൻ പൊൻ കതിർപോലെ'
ഈ വരികളിലെ അലങ്കാരമെന്ത്?

ഉൽപ്രേക്ഷ

1535. മലയാളത്തിലെ ആദ്യത്തെ പ്രതിരൂപാത്മകഭാവകാവ്യം?

വീണപൂവ്

1536. ചിങ്ങം മുതലുള്ള പന്ത്രണ്ടുമാസങ്ങളേയും വർണ്ണിക്കുന്ന മഹാകാവ്യം ഏത്?

മലയാംകൊല്ലം

1537. സാമൂഹികവിമർശനം ഐറണിയിലൂടെ അവതരിപ്പിച്ച നവോത്ഥാന കഥാകാരൻ?

വൈക്കം മുഹമ്മദ് ബഷീർ

1538. ഉപാദ്ധ്യായൻ (The Teacher) എന്ന വിദ്യാഭ്യാസ മാസിക പ്രസിദ്ധീകരണം തുടങ്ങിയ വർഷം?

1900

1539. കേരളത്തിലെ മലയാളം അച്ചടിയുടെയും മലയാളലിപി പരിഷ്കരണത്തിന്റെയും ഉപജ്ഞാതാവ്?

ബെഞ്ചമിൻ ബെയ്‌ലി

1540. വെൺമണി പ്രസ്ഥാന കാലയളവിലെ ഏറ്റവും പ്രശസ്തി നേടിയ കവയിത്രി?

തോട്ടയ്ക്കാട് ഇക്കാവമ്മ

1541. പച്ചമലയാള പ്രസ്ഥാനത്തിന്റെ ഉപജ്ഞാതാവ്?

കുഞ്ഞിക്കുട്ടൻ തമ്പുരാൻ

1542. കവിതയിലുള്ള ആദ്യത്തെ മികച്ച യാത്രാവിവരണം?

പൂരപ്രബന്ധം

1543. വെൺമണി മഹൻ എഴുതി മുഴുമിപ്പിച്ച ഏക നാടകമേത്?

കാമതിലകം ബാണം

1544. ദക്ഷിണേന്ത്യൻ ഭാഷകൾക്ക് south Indian languages എന്ന പേര് കൊടുത്തത് ആര്?

എഫ് ഡബ്ലിയു എല്ലീസ്

1545. അനന്തഭട്ടന്റെ ഭാരതചമ്പുവിന് മലയാളവിവർത്തനം രചിച്ചതാര്?

ചുനക്കര ഉണ്ണിക്കൃഷ്ണവാര്യർ

1546. 'താരതമ്യ സാഹിത്യ സമീക്ഷ' എന്ന കൃതിയുടെ കർത്താവ്?

ഡോ. എം എ കരീം

1547. 'പൂർണ്ണമായ വളർച്ചയെത്തും മുമ്പ് മരിച്ചുപോകുന്ന ഒരേയൊരു ജീവിയാണ് മനുഷ്യൻ' എന്നു തുടങ്ങുന്ന നോവൽ ഏത്?

മനുഷ്യന് ഒരു ആമുഖം

1548. ബേക്കൽ ടൂറിസവിരുദ്ധസമരവുമായി ബന്ധപ്പെട്ട പ്രശസ്തമായ നോവൽ?

മരക്കാപ്പിലെ തെയ്യങ്ങൾ (അംബികാസുതൻ മാങ്ങാട്)

1549. മഹാകുംഭമേളയുടെ വിചിത്രമായ കാഴ്ചകളെപ്പറ്റിയും സന്ന്യാസത്തിന്റെ പുതിയ സദാചാരത്തെ പറ്റിയും സക്കറിയ എഴുതിയ യാത്രാവിവരണഗ്രന്ഥം ഏത്?

ബംബം! ഹര!ഹര!ബംബം ബോൽ!

1550. തമിഴിലെ കലിവിരുദ്ധമെന്ന വൃത്തത്തിന് തുല്യമായി മലയാളത്തിൽ ഉപയോഗിക്കുന്ന വൃത്തം?

തരംഗിണി വൃത്തം

1551. 'യൗസേപ്പുമെത്രാന്റെ വേദതർക്കം' എന്ന കൃതി പ്രസിദ്ധീകൃതമായ വർഷം?

1768

1552. എ അയ്യപ്പന് 1999ൽ കേരള സാഹിത്യ അക്കാദമി പുരസ്കാരം നേടിക്കൊടുത്ത കൃതി?

വെയിൽ തിന്നുന്ന പക്ഷി

1553. ഒരു കൃതി അടിമുടി വിമർശിച്ചു ദോഷം മാത്രം കണ്ടെത്തുന്ന വിമർശന രീതി?

ഖണ്ഡനവിമർശനം

1554. "ഹൃദ്യാർത്ഥസമന്വിതമായ ശബ്ദസമൂഹമാണ് കാവ്യം" ഇങ്ങനെ അഭിപ്രായപ്പെട്ടതാര്?

ആചാര്യദണ്ഡി (കാവ്യദർശനം)

1555. തത്ത്വസമർത്ഥനാത്മകമായ വിമർശനം മലയാളത്തിൽ ആദ്യം ഉപയോഗിച്ചത് ആര്?

പി കെ നാരായണപിള്ള

1556. മലയാളത്തിൽ ആധുനിക നിരൂപണ പ്രസ്ഥാനത്തിന് മാർഗ്ഗദർശനം നൽകിയതാര്?

സി പി അച്യുതമേനോൻ

1557. ഇന്തോയൂറോപ്യൻ ഭാഷയിൽ രചിക്കപ്പെട്ട ആദ്യ കൃതി?

ഋഗ്വേദം

1558. മനുസ്മൃതി ഇംഗ്ലീഷിലേക്ക് വിവർത്തനം ചെയ്തതാര്?

വില്യം ജോൺസ്

1559. 'വാസവദത്ത' എന്ന കൃതി രചിച്ചത് ആര്?

സുബന്ധു

1560. ഒ വി വിജയന്റെ അപൂർണ്ണമായ നോവൽ?

പത്മാസനം

1561. 'തീർത്ഥാടനത്തിന്റെ വർഷങ്ങൾ' എന്ന ആത്മകഥയുടെ കർത്താവ്?

ഡോ. രാജാരാമണ്ണ

1562. 'കേരളത്തിലെ കാളീസേവ' എന്ന ഗ്രന്ഥത്തിന്റെ കർത്താവ്?
ചേലനാട്ട് അച്യുതമേനോൻ

1563. കോരപ്പാപ്പാൻ എന്ന കഥാപാത്രം പ്രത്യക്ഷപ്പെടുന്ന നോവൽ?
ഫ്രാൻസിസ് ഇട്ടിക്കോര (ടി ഡി രാമകൃഷ്ണൻ)

1564. 'വിലാപം' എന്ന വിലാപകാവ്യം രചിച്ചതാര്?
എം പി പോൾ

1565. വത്സല എം എ എന്ന തൂലികനാമത്തിൽ എഴുതിയതാര്?
വൈക്കം ചന്ദ്രശേഖരൻ നായർ

1566. ജീവൻ സ്മൃതി ആരുടെ ആത്മകഥയാണ്?
രവീന്ദ്രനാഥ ടാഗോർ

1567. കെ പി അപ്പനെ വളരെയധികം സ്വാധീനിച്ച മാജിക് മൗണ്ടൻ എന്ന നോവലിന്റെ കർത്താവ്?
തോമസ്മൻ

1568. 'വൃദ്ധസദനം' എന്ന പ്രശസ്തമായ നോവലിന്റെ കർത്താവ്?
ടി വി കൊച്ചുബാവ

1569. 'പൊന്തൻമാട' എന്ന പ്രശസ്തമായ നോവലിന്റെ കർത്താവ്?
സി വി ശ്രീരാമൻ

1570. 'ഇതിനൊക്കെ പ്രതികാരം ചെയ്യാതടങ്ങുമോ
പതിതരേ! നിങ്ങൾ തൻ പിൻമുറക്കാർ'
എന്ന വരികൾ ഏത് കവിതയിലാണ്?
വാഴക്കുല (ചങ്ങമ്പുഴ കൃഷ്ണപിള്ള)

1571. 'മുനിസിപ്പ് ഭാരതം' എഴുതിയതാര്?
കെ സി നാരായണൻ നമ്പ്യാർ

1572. ഇന്ത്യൻ ഭാഷയിലെ ആദ്യത്തെ നോവൽ?
പുൽമോനി (ബംഗാളി)

1573. ഏറ്റവും കൂടുതൽ ഗീതകങ്ങളെഴുതിയ മലയാള കവി?
എം പി അപ്പൻ

1574. 'ശബ്ദാർത്ഥങ്ങളിൽ വച്ചൊന്നിൽ വാച്യമായിട്ടിരുന്നിടും ചമല്ക്കാരം ചമയ്ക്കുന്ന മട്ടലങ്കാരമായത്' എന്ന് അലങ്കാരത്തിന് നിർവ്വചനം നൽകിയതാര്?
എ ആർ രാജരാജവർമ്മ (ഭാഷാഭൂഷണം)

1575. ചിതൽവരും കാലം എന്ന കവിതയുടെ കർത്താവ്?
ദേശമംഗലം രാമകൃഷ്ണൻ

1576. 'ഉമ്മാച്ചു' വിലെ പ്രമേയം അഭാരതീയമാണ്, ഹാംലറ്റിനെ അതിലാരോപിക്കുകയും ചെയ്യുന്നു. ഇങ്ങനെ നിരൂപണം നടത്തിയതാര്?

സുകുമാർ അഴീക്കോട്

1577. വഴിവാണിഭക്കാരുടെ ഗ്വാഗ്വാവിളിപോലെയാണ് സി വി യുടെ ഭാഷ. ആരുടെ വാക്യം?

സ്വദേശാഭിമാനി രാമകൃഷ്ണപിള്ള

1578. സോപാനസംഗീതത്തിലൂടെ ശ്രദ്ധേയനായ കലാകാരൻ?

ഞെരളത്തു രാമപ്പൊതുവാൾ

1579. 'ഒരു പുളിമരത്തിന്റെ കഥ' എന്ന വിവർത്തനകൃതിയുടെ കർത്താവ്?

ആറ്റൂർ രവിവർമ്മ

1580. മലയാളം ക്ലാസിക് ഭാഷ പഴക്കവും വ്യക്തിത്വവും ഈ കൃതി രചിച്ചതാര്?

ഡോ. നടുവട്ടം ഗോപാലകൃഷ്ണൻ

1581. ശ്ലോകത്തിൽ കഴിക്കുക എന്നതുകൊണ്ട് അർത്ഥമാക്കുന്നത്?

ഏറെ ചുരുക്കുക

1582. 'മാസപ്പടി മാതുപിള്ള' ആരുടെ കഥാപാത്രമാണ്?

വേളൂർ കൃഷ്ണൻകുട്ടി

1583. "സ്ഥാനമാനങ്ങൾ ചൊല്ലിക്കലഹിച്ചു
നാണംകെട്ടു നടക്കുന്നിതു ചിലർ" ആരുടെ വരികൾ?

പൂന്താനം

1584. വള്ളത്തോൾ നാരായണമേനോന്റെ 'ശിഷ്യനും മകനും' എന്ന കൃതിയുടെ സംസ്കൃത പരിഭാഷയുടെ പേര്?

ശിഷ്യാസുതർക്കാ

1585. ചേരുംപടി ചേർക്കുക

പട്ടിക 1	പട്ടിക 2
a) രാഘവമേനോൻ	1. മാറ്റാത്തി
b) ലൂസി	2. മഞ്ഞ്
c) വിമല	3. തലമുറകൾ
d) കോരൻ	4. ബാല്യകാലസഖി
	5. രണ്ടിടങ്ങഴി

a)–3, b)–1, c)–2, d)–5

1586. "ഉണ്ടെങ്കിൽ അതു ശപ്പനായ മാധവനോട് ഞാൻ ഇനി എന്തിനുപറയണം" ഏതു നോവലിലെ ഭാഷണമാണിത്?

ഇന്ദുലേഖ

1587. ആറന്മുള ക്ഷേത്രത്തിലെ ശ്രീകൃഷ്ണന് മലയർ നല്കുന്ന ബലി പ്രതിപാദ്യവിഷയമായ വരുന്ന കൃതി?

തിരുനിഴൽമാല

1588. പാന, കുറഞ്ഞി, കുമ്മി, താരാട്ട്, തരംഗിണി, കാകളി ഈ വൃത്തങ്ങൾ ഉൾപ്പെടുന്ന കൃതി?

രാമകഥപ്പാട്ട്

1589. "Your ear is awake even to his silence" എഴുത്തച്ഛനെ കുറിച്ച് ഇങ്ങനെ എഴുതിയതാര്?

പി കെ നാരായണപിള്ള

1590. ലീലാശുകൻ എന്നുകൂടി പേരുള്ള കവി?

വില്വമംഗലം

1591. 'ആ മനുഷ്യനെ കൊല്ലരുത്' എന്ന നാടകം രചിച്ചതാര്?

എം ഗോവിന്ദൻ (1949)

1592. 1891 ജനുവരി 1 ന് ക്രിസ്ത്യാനികളും മുസ്ലീങ്ങളും ഈഴവരും ചേർന്ന് ശ്രീമൂലം തിരുനാളിനു സമർപ്പിച്ച ഭീമഹർജി?

മലയാളി മെമ്മോറിയൽ

1593. 'മരിച്ചിട്ടില്ലാത്തവരുടെ സ്മാരകങ്ങൾ' ആരുടെ ചെറുകഥ സമാഹാരം?

എം സുകുമാരൻ

1594. 'അപ്പുണ്ണി' എം ടി വാസുദേവൻ നായരുടെ ഏത് നോവലിലെ കഥാപാത്രമാണ്?

നാലുകെട്ട്

1595. കിരാതമെന്ന പ്രസിദ്ധ കാവ്യനാടകത്തിന്റെ രചയിതാവ് ആര്?

ജി ശങ്കരപ്പിള്ള

1596. 'കവിതയും പാരമ്പര്യവും' എന്ന കൃതിയുടെ കർത്താവ്?

എൻ എൻ കക്കാട്

1597. ആശാൻ വിമർശനത്തിന്റെ ആദ്യ രശ്മികൾ?

മൂർക്കോത്ത് കുമാരൻ

1598. കുമാരനാശാന്റെ സീതാകാവ്യത്തിന് അവതാരിക എഴുതിയതാര്?

ഉള്ളാട്ടിൽ ഗോവിന്ദൻകുട്ടി നായർ

1599. ചാതുരന്ത്യം കിളിപ്പാട്ടിന്റെ കർത്താവ്?

അർണ്ണോസ് പാതിരി

1600. സഞ്ചാര പ്രിയനായതിനാൽ 'പകിരി' എന്ന് അറിയപ്പെടുന്ന സാഹിത്യകാരൻ ആര്?

കുഞ്ഞിക്കുട്ടൻ തമ്പുരാൻ

1601. തമിഴിന്റെയും സംസ്കൃതത്തിന്റെയും സ്വാധീനത്തിൽ പെടാതെ മലയാളഭാഷ നിലനിന്നിരുന്നു എന്നതിന് തെളിവ് നൽകുന്നതെന്ത്?

വടക്കൻപ്പാട്ട്

1602. വടക്കൻപ്പാട്ടുകളിൽ കാണപ്പെടുന്ന പ്രധാനവൃത്തമേത്?

മാകന്ദമഞ്ജരി

1603. 'തിയ്യൂർ രേഖകൾ' എന്താണ്?

എൻ പ്രഭാകരന്റെ നോവൽ

1604. സുന്ദരകാണ്ഡത്തിൽ എഴുത്തച്ഛൻ ഉപയോഗിച്ചിട്ടുള്ള വൃത്തമേത്?

കളകാഞ്ചി

1605. സുകുമാരിയുടെ ദിനം എന്ന കഥ എഴുതിയതാര്?

എൻ വി രാമസ്വാമി അയ്യർ

1606. 'ഊരുഭംഗം' എന്ന കൃതിയിലെ നായകൻ ആര്?

സുയോധൻ

1607. പരദേശികളും മലയാളികളും എന്ന് പരാമർശം കാണുന്ന പ്രാചീനകൃതി ഏത്?

ഉണ്ണിയാടീചരിതം

1608. ഭ്രമകല്പനകളുടെ മനോഹരലോകം തുറന്നിടുന്ന പഴയകാല കഥ ഏത്?

ദ്വാരക (വേങ്ങയിൽ കുഞ്ഞിരാമൻ നായനാർ)

1609. കേസരി എന്ന തൂലികാനാമത്തിൽ അറിയപ്പെടുന്ന ചെറുകഥാകൃത്ത്?

വേങ്ങയിൽ കുഞ്ഞിരാമൻ നായനാർ

1610. 'അവകാശികൾ' എന്ന നോവലിന്റെ പശ്ചാത്തലമായി കടന്നുവരുന്ന രാജ്യം?

മലേഷ്യ

1611. 'ഹൃദയസ്മിതം' എന്ന കവിത ആരുടേതാണ്?

ഇടപ്പള്ളി രാഘവൻപിള്ള

1612. എൻ എൻ പിള്ളയുടെ ആത്മകഥ?

ഞാൻ

1613. 'എന്റെ ഗന്ധർവ്വസ്നേഹിതൻ' എന്ന ഫാന്റസിക്കഥയുടെ കർത്താവ്?

ഇ വി കൃഷ്ണപിള്ള

1614. 'സുഭദ്ര' ഏതു നോവലിലെ കഥാപാത്രമാണ്?
മാർത്താണ്ഡവർമ്മ

1615. 'എവിടെ ലോൺ' എന്ന കവിത എഴുതിയതാര്?
എ സി ശ്രീഹരി

1616. 'എവിടെ ജോൺ' എന്ന പ്രശസ്തമായ കവിത എഴുതിയതാര്?
ബാലചന്ദ്രൻ ചുള്ളിക്കാട്

1617. മരണത്തിന്റെ സാന്നിദ്ധ്യം ശക്തമായി ആവിഷ്കരിക്കുന്ന മാധവിക്കുട്ടിയുടെ കഥ?
പക്ഷിയുടെ മണം

1618. 'ഞങ്ങളല്പന്മാർ കാലമഴയേറ്റൊരേകാകി
മങ്ങലായ് ഞങ്ങൾക്കുള്ള ജീവിതക്കുപ്പായങ്ങൾ'
എൻ വി കൃഷ്ണവാര്യരുടെ ഏതു കവിതയിലെ വരികളാണിത്?
കൊച്ചുതൊമ്മൻ

1619. "ഭാഷാരാമായണത്തിന്റെ മാതൃകാപൂർണ്ണമായ സ്കെച്ചു ചെയ്തെടുത്ത കണ്ണശനു ശേഷം കഥാസംക്ഷേപത്തിന് എഴുത്തച്ഛന്റെ ഭാവന വളരെയൊന്നും ക്ലേശം സഹിക്കേണ്ടിവന്നില്ല" എന്ന് അഭിപ്രായപ്പെട്ടത്?
ഡോ. എം ലീലാവതി

1620. ഈ ലോകത്ത് ഓരോ മനുഷ്യനും അപരിചിതനാണ് എന്ന അവബോധത്തിന്റെ ആവിഷ്കാരം വരച്ചുകാട്ടുന്ന എം മുകുന്ദന്റെ കഥ?
രാധ രാധമാത്രം

1621. 'ജോസഫ് നല്ലവന്റെ കുറ്റസമ്മതം' ആരെഴുതിയ കഥ?
സക്കറിയ

1622. 'കാലവിഹംഗികരാപ്പകലാകിയ
ലോലച്ചിറകടിച്ചെത്രമുൻപോട്ടുപോയ്'
എന്താണ് അലങ്കാരം?
രൂപകം

1623. മാപ്പിളരാമായണം ഏതുവിഭാഗത്തിൽപ്പെടുന്നു?
നാടൻ കഥാഗാനം

1624. കെ പി അപ്പൻ 'തിരസ്കാര'ത്തിൽ തിരസ്കരിച്ചതെന്തിനെ ആയിരുന്നു?
അക്കാദമിക് വിമർശനത്തെ

1625. കണ്ണീർപ്പാടത്തെക്കുറിച്ചുള്ള വിശദപഠനം ഏതു കൃതിയിൽ?
കാവ്യവ്യുൽപ്പത്തി

1626. കാസയേന്തുന്ന കൈകളിൽ കരുണയും പ്രതികരണശേഷിയും ഉണ്ടാവണമെന്ന് ഉദ്ബോധിപ്പിക്കുന്ന എൻ എസ് മാധവന്റെ പ്രശസ്തകഥ?

ഹിഗ്വിറ്റ

1627. 'ഇന്നലെ കാറിലിറങ്ങിപോൽ തക്ഷകൻ
സന്ധ്യയെക്കുത്തിമലർത്തിയ
ചോരക്കറയുമായ്' – ഏതു കാവ്യത്തിലെ വരികൾ?

വജ്രകുണ്ഡലം

1628. ദിവാകരൻ എന്ന കഥാപാത്രം പ്രത്യക്ഷപ്പെടുന്ന കാരൂർ നീലകണ്ഠപിള്ളയുടെ പ്രശസ്തമായ കഥ?

അതിനും കൊള്ളുകയില്ല

1629. ധാർമ്മികതയില്ലാത്ത ഇണതേടലിന്റെ ദുരന്തം ചിത്രീകരിക്കുന്ന എൻ പി മുഹമ്മദിന്റെ കഥ ഏത്?

മെഴുകുതിരികൾ

1630. അഭയദേവ് എന്ന തൂലികനാമത്തിൽ അറിയപ്പെടുന്നത് ആര്?

അയ്യപ്പൻപ്പിള്ള

1631. 'ഓർമ്മയുടെ കണ്ണാടി' എന്ന ആത്മകഥയുടെ കർത്താവ്?

എ പി ഉദയഭാനു

1632. 'ചുവപ്പുനാട' എന്ന കൃതിയുടെ കർത്താവ്?

ഇ വാസു

1633. 'ജൈവമനുഷ്യൻ' എന്ന കൃതിയുടെ കർത്താവ്?

ആനന്ദ്

1634. ആൻഡ്രൂസ് സേവ്യർ എന്ന കഥാപാത്രം പ്രത്യക്ഷപ്പെടുന്ന പെരുമ്പടവത്തിന്റെ നോവൽ?

അരൂപിയുടെ മൂന്നാംപ്രാവ്

1635. 'കുഞ്ഞിക്കൂനൻ' എന്ന ബാലസാഹിത്യകൃതിയുടെ കർത്താവ്?

പി നരേന്ദ്രനാഥ്

1636. സ്നേഹഗായകൻ എന്നറിയപ്പെടുന്ന കവി ആര്?

കുമാരനാശാൻ

1637. 'ഒറ്റനോട്ടത്തിൽ' ആരുടെ യാത്രാവിവരണമാണ്?

ജോസഫ് മുണ്ടശ്ശേരി

1638. രമേശ്പണിക്കർ, സുജ എന്നീ കഥാപാത്രങ്ങൾ പ്രത്യക്ഷപ്പെടുന്ന എം മുകുന്ദന്റെ നോവൽ?

ഹരിദ്വാറിൽ മണിമുഴങ്ങുന്നു

1639. പഞ്ചതന്ത്രം ആദ്യമായി മലയാളത്തിലേക്ക് വിവർത്തനം ചെയ്തതാര്?

കുഞ്ചൻനമ്പ്യാർ

1640. ആരേയും അനുകരിക്കാത്ത ആർക്കും അനുകരിക്കാനാകാത്ത കവി?

ഉണ്ണായി വാര്യർ

1641. കുന്തൻ എന്ന കഥാപാത്രം പ്രത്യക്ഷപ്പെടുന്ന ആനന്ദിന്റെ നോവൽ?

മരുഭൂമികൾ ഉണ്ടാകുന്നത്

1642. 'സാഹിത്യവിചാരം' എന്ന കൃതിയുടെ കർത്താവ്?

എം പി പോൾ

1643. ഡീസന്റ് ശങ്കരപ്പിള്ള എന്ന കഥാപാത്രം പ്രത്യക്ഷപ്പെടുന്ന നോവൽ?

മായ

1644. മലയാളത്തിലെ ആദ്യത്തെ വെബ് പോർട്ടൽ ഏതാണ്?

ഇന്ത്യ ഇൻഫോ

1645. വൈക്കം മുഹമ്മദ് ബഷീറിന്റെ ജീവിതത്തെ അടിസ്ഥാനമാക്കി എം കെ സാനു രചിച്ച ജീവചരിത്ര കൃതി?

ബഷീർ : ഏകാന്ത വീഥിയിലെ അവധൂതൻ

1646. കൗടില്യന്റെ അർത്ഥശാസ്ത്രത്തിൽ പരാമർശിക്കുന്ന ചൂർണ്ണി നദി ഏതാണ്?

പെരിയാർ

1647. നാമാംഗത്തിന്റെ മറ്റൊരു പേര്?

പേരച്ചം

1648. 'ഭ്രാന്തൻ' ആരുടെ ചെറുകഥയാണ്?

കേരളവർമ്മ വലിയകോയിത്തമ്പുരാൻ

1649. 'ശങ്കരഗിരി' എന്ന ചരിത്രനോവൽ ആരുടേതാണ്?

പീറ്റർ ജോൺ തോട്ടം

1650. 'മരുഭൂമിയുടെ നട്ടെല്ല്' എന്ന കവിത സമാഹാരത്തിന്റെ കർത്താവ്?

ഡി വിനയചന്ദ്രൻ

1651. 'ദൈവ നീതിക്കു ദാഷിണ്യമില്ല' എന്ന ഡോ. കെ ഭാസ്കരൻ നായരുടെ കൃതിയിലെ ഉള്ളടക്കം?

സി വി രാമൻപിള്ളയുടെ ചരിത്രാഖ്യായികകളെക്കുറിച്ചുള്ള പഠനം.

1652. പരശുരാമൻ എന്നത് ആരുടെ തൂലികാനാമമാണ്?

മൂർക്കോത്ത് കുഞ്ഞപ്പ

1653. ചോദ്യോത്തര രൂപത്തിൽ രചിക്കപ്പെട്ട ആദ്യത്തെ മലയാള വ്യാകരണ ഗ്രന്ഥം?

കേരളഭാഷാവ്യാകരണം

1654. "വാക്കുചേർ കഴെനി തന്നിൽ
വാല്മീകിയുഴവെൻവന്തു
കവിതയാം വിത്തുകോരിക്കരുത്തൊടു
വിതത്തിതത്തിൽ
വിവിതരായ് മുളത്തെഴുന്തു
വിരുന്തുപോയ്പ്പരന്തകാലം."

വാല്മീകിയെ ഇങ്ങനെ അവതരിപ്പിക്കുന്നത് ഏത് കൃതിയിലാണ്?

തിരുനിഴൽമാല

1655. 'ഓർമ്മകൾക്കുള്ളിൽ മണിച്ചിലമ്പും കെട്ടി
ഓടിനടക്കുന്നു പിന്നെയും മൈഥിലി'

ഇതിന്റെ വൃത്തം ഏത്?

കാകളി

1656. 'തുറന്നിട്ട ജാലകം' ആരുടെ കഥാസമാഹാരമാണ്?

പി സി കുട്ടികൃഷ്ണൻ

1657. സർ സി പി യുടെ ഭരണകാലം പരാമർശിക്കപ്പെടുന്ന ആർ രാഘവൻ നായരുടെ നോവൽ?

പുന്നപ്ര വയലാർ അഥവാ ബാലശിവൻ

1658. 'അനംഗസേന' ഏത് കൃതിയിലെ നായികയാണ്?

വൈശികതന്ത്രം

1659. "രാമചരിതത്തിന്റെ ഭാഷ അക്കാലത്തെ മലയാള ഭാഷയെ ഉദാഹരിക്കുന്നില്ലെന്നും അത് ചോളഭാഷയും മലയാളഭാഷയും കലർന്ന ഒരു മിശ്രഭാഷയാണെന്നും ഖണ്ഡിച്ചു പറയാവുന്നതാണ്. രാമചരിതം തമിഴ്-മലയാള സാഹിത്യ സംസ്ഥാനങ്ങളുടെ പുറംപോക്ക് സ്ഥലത്തു സ്ഥിതി ചെയ്യുന്നു." രാമചരിതത്തെക്കുറിച്ച് ഇങ്ങനെ അഭിപ്രായപ്പെട്ടത് ആര്?

ആർ നാരായണപ്പണിക്കർ

1660. ശിരോമണി എന്ന് ബിരുദമുള്ള സാഹിത്യകാരൻ?

പി കൃഷ്ണൻനായർ

1661. പഴശ്ശിരാജയുടെ ജീവചരിത്രത്തെ ആസ്പദമാക്കി എഴുതപ്പെട്ട നോവൽ?

കേരളസിംഹം

1662. ചേരുംപടിചേർക്കുക

a) കേരളഭാഷാ സാഹിത്യചരിത്രം	1. ഉള്ളൂർ
b) ഭാഷാസാഹിത്യചരിത്രം	2. ആറ്റൂർ
c) മലയാള സാഹിത്യചരിത്രം	3. പി കെ പരമേശ്വരൻ നായർ
d) കേരളസാഹിത്യചരിത്രം	4. ആർ നാരായണപ്പണിക്കർ

a)–4, b)–2, c)–3, d)–1

1663. പുരാണകഥകൾക്ക് ദേശത്തിന്റെ ഛായ നല്കി അവതരിപ്പിച്ച ആദ്യ കവി?

കുഞ്ചൻനമ്പ്യാർ

1664. ഫോക്‌ലോർ എന്ന പഠനശാഖയുമായി ബന്ധമുള്ള കലാരൂപം?

തെയ്യം

1665. ബാലാമണിയമ്മ എഴുതിയ വിലാപകാവ്യം?

ലോകാന്തരങ്ങളിൽ

1666. 'നീയില്ലെങ്കിൽ നിൻ വ്രതഭക്തിയില്ലെങ്കിൽ
ഈ ശ്യാമകൃഷ്ണൻ വെറും കരിക്കട്ട' – ആരുടെ വരികൾ?

അയ്യപ്പപ്പണിക്കർ

1667. മലനാടിനെപ്പറ്റി 'കേരളങ്ങൾ' എന്ന പ്രയോഗമുള്ള പ്രാചീനകൃതി ഏത്?

ഉണ്ണിയാടീചരിതം

1668. അദ്ധ്യാപക പ്രസ്ഥാനം കേന്ദ്രപ്രമേയമാക്കിയ നോവലേത്?

മുത്തശ്ശി

1669. പൂരപ്രബന്ധത്തിലെ പ്രതിപാദ്യം എന്താണ്?

തൃശ്ശൂർപ്പൂരം

1670. 'വാസനവികൃതി' എന്ന കഥ ആദ്യം പ്രസിദ്ധീകരിച്ചത് ആരുടെ പേരിലാണ്?

ആരുടേയും പേരില്ലാതെ

1671. എൻ വി കൃഷ്ണവാര്യർ രചിച്ച ആട്ടക്കഥയുടെ പേര്?

ചിത്രാംഗദ

1672. 'ഭൈമീപരിണയം' എന്ന നാടകത്തിന്റെ കർത്താവ്?

ഒറവൻകര നീലകണ്ഠൻ നമ്പൂതിരി

1673. ബൈബിൾ സമ്പൂർണ്ണമായി മലയാളത്തിലേക്ക് ആദ്യം വിവർത്തനം ചെയ്തതാര്?

ബെഞ്ചമിൻ ബെയ്‌ലി (1842)

1674. "പരലോകങ്ങളിൽ വിശ്വസിക്കുന്നവർക്ക്, വിശ്വസിക്കാനൊരുക്കമുള്ളവർക്ക്, അതിനെ ദൃഢീകരിക്കാൻ തുലോം സഹായിക്കുന്നതാണീക്കാവ്യം..." കുട്ടികൃഷ്ണമാരാർ ഏതു കാവ്യത്തെപ്പറ്റിയാണിതു പറഞ്ഞത്?

ലോകാന്തരങ്ങളിൽ

1675. കുഞ്ചൻനമ്പ്യാരുടെ ജീവിതത്തിന് സർഗ്ഗാത്മകമായ പുതിയ വ്യാഖ്യാനം നല്കുന്ന 'ദൈവഗുരുവിന്റെ ഒഴിവുകാലം' എന്ന നോവലിന്റെ രചയിതാവ്?

പി മോഹനൻ

1676. തമിഴിന്റെ വാമൊഴി രൂപം?

കൊടുന്തമിഴ്

1677. സ്വദേശാഭിമാനി രാമകൃഷ്ണപിള്ള എഴുതിയ ജീവചരിത്രകൃതി ഏത്?

കാൾ മാർക്സ്

1678. 'ചേട്ടത്തി' എന്ന ചെറുകഥയുടെ കർത്താവ്?

ഷിഹാബുദീൻ പൊയ്ത്തുംകടവ്

1679. കേരളത്തിലെ പ്രസിദ്ധമായ ജൈനക്ഷേത്രം ഏത്?

തൃക്കണാമതിലകം

1680. 'മൃഗശിക്ഷകൻ' എന്ന കവിത എഴുതിയതാര്?

വിജയലക്ഷ്മി

1681. ഭോപ്പാൽ വിഷബാധക ദുരന്തത്തെ ആസ്പദമാക്കി അയ്യപ്പപ്പണിക്കർ രചിച്ച കവിത ഏത്?

മരണത്തിനപ്പുറം

1682. 'പാഥസാം നിചയം വാർന്നൊഴിഞ്ഞളവു
സേതുബന്ധനോദ്യോഗമെന്തെടോ....'
ഈ വരികളിലെ അലങ്കാരം എന്ത്?

അപ്രസ്തുതപ്രശംസ

1683. ചേരുംപടി ചേർക്കുക

പട്ടിക–1	പട്ടിക –2
a) നവയുഗഭാഷാ നിഘണ്ടു	1. ആർ നാരായണപ്പണിക്കർ
b) ശബ്ദസാഗരം	2. ശൂരനാട്ട് കുഞ്ഞൻപിള്ള
c) നവീനഭാഷാ നിഘണ്ടു	3. ബി സി ബാലകൃഷ്ണൻ
d) മലയാളം ലക്സിക്കൺ	4. സി മാധവൻപിള്ള
	5. ശ്രീകണ്ഠേശ്വരം

a)–1, b)–3, c)–4, d)–2

1684. 'വിരുദ്ധവസ്തുതകളുടെ ഐക്യത്തിലാണ് ഭാവന കുടികൊള്ളുന്നത്' – ഈ നിരീക്ഷണം?

കോൾ റിഡ്ജ്

1685. കുണ്ടറ വിളംബരം നടന്ന വർഷം?

1809 ജനുവരി 11

1686. വെങ്ങാനൂർ, ഊരൂട്ടമ്പലം, പെരിനാട് തുടങ്ങിയ പ്രദേശങ്ങളിൽ അയിത്തക്കാരും മേൽജാതിക്കാരും തമ്മിൽ 1915 ൽ നടന്ന ലഹള?

തൊണ്ണൂറാമാണ്ട് ലഹള

1687. 'പരൽമീൻ നീന്തുന്നപാടം' എന്ന ആത്മകഥയുടെ കർത്താവ്?

സി വി ബാലകൃഷ്ണൻ

1688. ദക്ഷിണ നളന്ദ എന്ന് വിശേഷിപ്പിച്ചിരുന്ന വിദ്യാശാല?

കാന്തളൂർ ശാല

1689. യുധിഷ്ഠിര വിജയത്തിന്റെ കർത്താവ്?

വാസുദേവ ഭട്ടതിരി

1690. ചണ്ഡാലഭിക്ഷുകി പ്രസിദ്ധീകൃതമായ വർഷം?

1922

1691. 'ഗ്രാമീണ കന്യക' എന്ന കൃതിയുടെ കർത്താവ്?

കുറ്റിപ്പുറത്ത് കേശവൻ നായർ

1692. 'പുതിയകൊല്ലനും പുതിയൊരാലയും' എന്ന കവിതയുടെ രചയിതാവ്?

പുതുശ്ശേരി രാമചന്ദ്രൻ

1693. 'നങ്ങേമക്കുട്ടി' പ്രസിദ്ധീകൃതമായ വർഷം?

1967

1694. സുഗതകുമാരിയുടെ ആഖ്യാനാത്മകമെന്ന് വിശേഷിപ്പിക്കാവുന്ന ദീർഘകാവ്യം ഏത്?

രാധയെവിടെ

1695. എൻ എൻ കക്കാടിന്റെ 'ശലഭഗീതങ്ങൾ' പുറത്തുവന്ന വർഷം?

1957

1696. 'ഹരിശ്രീ' എന്ന പേരിൽ നവീന കവിതയുടെ സമാഹാരവുമായി രംഗപ്രവേശനം നടത്തിയ കവി?

കെ സച്ചിദാനന്ദൻ

1697. 'കാണെ കാണെ, രണ്ടായിമുറിച്ചത്' എന്നീ ഉത്തരാധുനിക കവിതകളുടെ കർത്താവ്?

പി പി രാമചന്ദ്രൻ

1698. 'കവിതയും ജനതയും' എന്ന കൃതിയുടെ കർത്താവ്?

കെ സച്ചിദാനന്ദൻ

1699. 'കെ പി അപ്പൻ വിചാരവും വിമർശനവും' എന്ന ഗ്രന്ഥത്തിന്റെ കർത്താവ്?

ഡോ. എസ് അജയഘോഷ്

1700. കേരളചരിത്രം പശ്ചാത്തലമാക്കി കെ എം പണിക്കർ എഴുതിയ നോവൽ?

പുണർക്കാട് സ്വരൂപം (1928)

1701. കപട സദാചാരത്തിന്റെ വ്യവസ്ഥാപിത മൂല്യബോധത്തിന്റെ പുറംപോളകൾ പിച്ചി ചീന്തുന്ന കാക്കനാടന്റെ കഥ?

മസ്ക്രീനാസിന്റെ മരണം

1702. 'കേരള ചരിത്രത്തിലെ ഇരുളടഞ്ഞ ഏടുകൾ' ആരുടെ കൃതി?

ഇളംകുളം കുഞ്ഞൻപിള്ള

1703. സൃഷ്ടിയും സ്രഷ്ടാവും തമ്മിലുള്ള ആത്മബന്ധത്തിന്റെ ആഴം തേടുന്ന വി പി ശിവകുമാറിന്റെ കഥ?

പ്രതിഷ്ഠ

1704. ശങ്കരൻ, പങ്കജം എന്നിവർ കഥാപാത്രമായി വരുന്ന ഉറൂബിന്റെ കഥ?

വാടകവീടുകൾ

1705. പൗണ്ടർ പോത്തൻ കഥാപാത്രമായി വരുന്ന കാരൂർ നീലകണ്ഠപിള്ളയുടെ കഥ?

പൗണ്ടർ പോത്തൻ

1706. കെ പാനൂർ എന്ന തൂലികാനാമത്തിൽ അറിയപ്പെടുന്ന എഴുത്തുകാരൻ?

കുഞ്ഞിരാമൻ

1707. 'അന്വേഷിച്ചു കണ്ടെത്തിയില്ല' എന്ന കൃതിയുടെ കർത്താവ്?

പാറപ്പുറം

1708. ഉണ്ണിമോൾ എന്ന കഥാപാത്രം പ്രത്യക്ഷപ്പെടുന്ന കോവിലന്റെ പ്രശസ്തമായ നോവൽ?

തോറ്റങ്ങൾ

1709. 'എന്റെ കഴിഞ്ഞ കാലം' എന്ന ആത്മകഥയുടെ കർത്താവ്?

എം കെ ഹേമചന്ദ്രൻ

1710. അറബി മലയാളത്തിലെ മഹാകവി എന്നറിയപ്പെടുന്നതാര്?

മോയിൻ കുട്ടി വൈദ്യർ

1711. ചിന്നസ്വാമി എന്നറിയപ്പെടുന്ന പ്രശസ്ത കവി?
കുമാരനാശാൻ

1712. തപോവന സ്വാമികൾ രചിച്ച യാത്രാവിവരണ കൃതി ഏതാണ്?
ഹിമഗിരിവിഹാരം.

1713. പരിഷ്കാര വർദ്ധിനി എന്ന വിദ്യാർത്ഥി സാഹിത്യസമാജം സ്ഥാപിച്ചതാര്?
വള്ളത്തോൾ നാരായണ മേനോൻ

1714. ഉണ്ണായിവാര്യരുടെയും കുഞ്ചൻനമ്പ്യാരുടെയും ജീവിത കാലഘട്ടം ഏതാണ്?
18–ാം നൂറ്റാണ്ട്

1715. ഹോർത്തൂസ് മലബാറിക്കസ് തയ്യാറാക്കുന്നതിന് സഹായിച്ച കേരളത്തിലെ മഹാ പണ്ഡിതൻ?
ഇട്ടി അച്യുതൻ

1716. കുളൂസ് പറങ്ങോടൻ എന്ന കഥാപാത്രം പ്രത്യക്ഷപ്പെടുന്ന നോവൽ?
ഒരു ദേശത്തിന്റെ കഥ

1717. 'മറിയക്കുട്ടി' എന്ന കൃതിയുടെ കർത്താവ്?
മുട്ടത്ത് വർക്കി

1718. കുട്ടികൃഷ്ണമാരാരുടെ കൈവിളക്ക് ഏത് സാഹിത്യ വിഭാഗത്തിൽപ്പെടുന്ന കൃതിയാണ്?
നിരൂപണം

1719. 'കണ്ണീരുപ്പു പുരട്ടാതെന്തിനു ജീവിത പലഹാരം' ആരുടെ വരികളാണിത്?
ഇടശ്ശേരി ഗോവിന്ദൻനായർ

1720. 'കേരളാരാമം' എന്നറിയപ്പെടുന്ന കൃതി?
ഹോർത്തൂസ് മലബാറിക്കസ്

1721. കുമാരനാശാന്റെ നളിനിക്ക് ആദ്യമുണ്ടായ നിരൂപണം ആരുടേതാണ്?
ജി രാമൻ മേനോൻ

1722. കുമാരനാശാന്റെ 'ചിന്താവിഷ്ടയായ സീത' സംസ്കൃതത്തിലേക്ക് വിവർത്തനം ചെയ്തതാര്?
എൻ ഗോപാലപിള്ള

1723. 'കയറുപിരിക്കും തൊഴിലാളിക്കൊരു
കഥയുണ്ടുജ്ജ്വല സമരകഥ' ഏതു കവിതയിലെ വരികളാണിത്?
സംസ്കാരത്തിന്റെ നാളങ്ങൾ (വയലാർ രാമവർമ്മ)

1724. ഉള്ളൂർ എസ് പരമേശ്വരയ്യരുടെ 'ഉമാകേരളം' മഹാകാവ്യത്തിന് ജി ശങ്കരക്കുറുപ്പ് തയ്യാറാക്കിയ ഗദ്യാഖ്യാനത്തിന്റെ പേര്?

രാജനന്ദിനി

1725. 'രസതത്വദർശനം' എന്ന കൃതി രചിച്ചത് ആര്?

ഡോ. എം ഗോപാലപ്പണിക്കർ

1726. ലീലാതിലകകാരൻ 'ഴ' കാരത്തെ എങ്ങനെ പരിഗണിക്കുന്നു?

'ഷ' കാരത്തിന്റെ അപഭ്രംശമായി

1727. "ഇരുപതുവരി അതിൽ കവിഞ്ഞൊരു
കവിതയുമിന്ന് കൊരുക്കുവാൻ വയ്യ" – ഈ വരികൾ എഴുതിയതാര്?

കെ ആർ ടോണി (കവിത – 'ലയം')

1728. വിലാപവൃത്തമെന്നറിയപ്പെടുന്നത്?

വിയോഗിനി

1729. കിളിപ്പാട്ട് വൃത്തങ്ങളിലൊന്നായ അന്നനടയുടെ ഉപജ്ഞാതാവ്?

തുഞ്ചത്ത് രാമാനുജൻ എഴുത്തച്ഛൻ

1730. എഴുത്തച്ഛനെ പുതു മലയാൺമതൻ മഹേശ്വരൻ എന്ന് കീർത്തിച്ചതാര്?

വള്ളത്തോൾ നാരായണമേനോൻ

1731. വിഷ്ണു ഗീത ഹംസപ്പാട്ടിന്റെ കർത്താവ്?

കുഞ്ചൻ നമ്പ്യാർ

1732. ജി കെ എൻ എന്ന ചുരുക്കപ്പേരിൽ അറിയപ്പെടുന്ന നിരൂപകൻ?

ഉള്ളാട്ടിൽ ഗോവിന്ദൻകുട്ടിനായർ

1733. ദണ്ഡകം പ്രത്യക്ഷപ്പെടുന്ന സാഹിത്യശാഖ?

ആട്ടക്കഥയും ചമ്പുവും

1734. സാമൂഹ്യ പരിഷ്കരണം ലക്ഷ്യമാക്കി ചെറുകഥ രചന നടത്തിയതാര്?

വേങ്ങയിൽ കുഞ്ഞിരാമൻ നായനാർ

1735. ലീലാതിലകത്തിന് ആകെ എത്ര ശില്പങ്ങളുണ്ട്?

എട്ട്

1736. ചേരുംപടി ചേർക്കുക.

a) ലോകാന്തരങ്ങളിൽ	1) കുമാരനാശാൻ
b) തിലോദകം	2) സി എസ് സുബ്രഹ്മണ്യം പോറ്റി
c) ഒരു വിലാപം	3) എം ആർ നായർ
d) പ്രരോദനം	4) ബാലാമണിയമ്മ

a-4, b-3, c-2, d-1

1737. കേരളീയരുടെ പുരാണ കഥാപ്രസംഗരീതിക്ക് പറയുന്ന പേരെന്ത്?
കൂത്ത്

1738. ഇരയിമ്മൻതമ്പി എഴുതിയ കിളിപ്പാട്ടുകൾ ഏതൊക്കെ?
രാസക്രീഡ, വസിഷ്ഠം

1739. ഉള്ളൂരിന്റെ 'കാട്ടിലെ പാട്ട്' എന്ന കവിത ആരെ മുൻനിർത്തിയാണ് രചിച്ചത്?
സ്വാതിതിരുനാൾ സംഗീത സദസ്സിലെ പ്രധാനിയായ വടിവേലുവിനെ മുൻനിർത്തി

1740. 'കല്യാണി നാടക'ത്തിന്റെ കർത്താവ്?
കൊച്ചുണ്ണി തമ്പുരാൻ

1741. ഇന്ത്യയിൽ ആദ്യമായി പൂർണ്ണമായി അച്ചടിച്ച മലയാളഗ്രന്ഥം?
ബൈബിൾ വിവർത്തനം (1811 – കൂരിയർ പ്രസ് ബോംബെ)

1742. മലയാളത്തിലെ ആദ്യത്തെ വൃത്താന്തപത്രമേത്?
കേരള മിത്രം (1881 ജനുവരി, കൊച്ചി)

1743. കെ സി കേശവപിള്ളയുടെ 'ആസന്നമരണചിന്താശതകം' ആദ്യം വെളിച്ചം കണ്ടത്?
വിദ്യാവിനോദിനിയിൽ

1744. രസനിഷ്പത്തിക്ക് ശങ്കുകൻ നൽകുന്ന വ്യാഖ്യാനം ഏത്?
അനുമിതി വാദം

1745. കുഷ്ഠരോഗിയെ കേന്ദ്ര കഥാപാത്രമാക്കി തോപ്പിൽ ഭാസി രചിച്ച നാടകം?
അശ്വമേധം

1746. മലയാളത്തിലെ ആദ്യത്തെ ഹജ്ജ് യാത്രാ ഗ്രന്ഥം?
ഞാൻ കണ്ട അറേബ്യ

1747. റഷ്യൻ പനോരമയുടെ കർത്താവ്?
കെ പി എസ് മേനോൻ

1748. 'നിഴൽക്കുത്ത്' എന്ന ആട്ടക്കഥ രചിച്ചതാര്?
പന്നിശ്ശേരി

1749. കേരളവർമ്മയുടെ നിരൂപണ പദ്ധതി?
പോഷകനിരൂപണം

1750. കേരളത്തിലെ ആദ്യത്തെ പരീക്ഷണ നാടകം?
അടുക്കളയിൽ നിന്ന് അരങ്ങത്തേക്ക്

1751. കേരളവർമ്മയുടെ 'ശാകുന്തള' വിവർത്തനത്തിന്റെ ആദ്യ പേരെന്ത്?
കേരളീയ ഭാഷാശാകുന്തളം

1752. ചിലമ്പിനേത്ത് കാളിയുടയാൻ ചന്ത്രക്കാരനെ അവതരിപ്പിച്ച സാഹിത്യകാരനാര്?

സി വി രാമൻപിള്ള

1753. ചേരുംപടി ചേർക്കുക.

a) ക്ഷുര സ്യധാര	1) ഗ്രേസി
b) പടിയിറങ്ങിപ്പോയ പാർവ്വതി	2) എസ് പി വേണുഗോപൻ നായർ
c) ഭൂമി പുത്രന്റെ വഴി	3) എൻ പ്രഭാകരൻ
d) രാത്രി മൊഴി	4) സി വി ശ്രീരാമൻ
	5) ടി പത്മനാഭൻ

a4, b1, c2, d3

1754. 'ലനയോ: കചപേഷുറ:' എന്ന സൂത്രം ലീലാതിലകത്തിൽ ഏതു ശില്പത്തിൽ?

മൂന്നാം ശില്പം

1755. കവിതയിൽ ഒരു വിതയുണ്ട് എന്ന് പറഞ്ഞ കവി?

കുഞ്ഞുണ്ണി മാഷ്

1756. ചേരുംപടി ചേർക്കുക.

a) കേരളമിത്രം	1) മൂർക്കോത്തു കുമാരൻ
b) പശ്ചിമതാരക	2) ജോർജ്ജ് മാത്തൻ
c) മിതവാദി	3) കണ്ടത്തിൽ വർഗ്ഗീസ് മാപ്പിള
d) ജ്ഞാനനിക്ഷേപം	4) കല്ലൂർ ഉമ്മൻ ഫിലിപ്പോസ്
	5) സി വി രാമൻപിള്ള

a3, b4, c1, d2

1757. ഉപ്പുസത്യഗ്രഹം ആരംഭിച്ച വർഷം?

1930

1758. 'ഒറ്റ പത്തിയൊടായിരമുടലുകൾ
ചുറ്റു പിണഞ്ഞൊരു മണിനാഗം
ചന്ദനലതയിലധോമുഖശയനം
ചന്തമൊടങ്ങനെ ചെയ്യുമ്പോൾ' – ഈ കല്പനയിലൂടെ ചങ്ങമ്പുഴ വർണ്ണിക്കുന്നത് എന്തിനെ? ഏത് കവിതയിൽ?

മുടിയെ, മനസ്വിനി

1759. ബ്ലോഗുസാഹിത്യകൃതികളുടെ കൂട്ടത്തിൽപ്പെടുന്ന 'എന്റെ യൂറോപ്പ് സ്വപ്നങ്ങൾ' എന്ന യാത്രാവിവരണത്തിന്റെ കർത്താവ്?

രാകേഷ് കുറുമാൻ

1760. മാവേലിക്കരയ്ക്കടുത്ത് ഭരണിക്കാവിലെ ബുദ്ധവിഗ്രഹത്തെ വിളിക്കുന്നതെന്താണ്?

പുത്തരച്ചൻ

1761. കേരളത്തിലെ അടിമത്തത്തെക്കുറിച്ച് പരാമർശിക്കുന്ന ആദ്യ രേഖ?

അയ്യനടികൾ തിരുവടികളുടെ തരിസാപ്പള്ളി ശാസനം

1762. 'കണ്ണുനീർത്തുള്ളി' പ്രസിദ്ധീകൃതമായ വർഷം?

1924

1763. 'ഭക്രാനംഗൽ' എന്ന കാവ്യം രചിച്ചതാര്?

കെ വി തിക്കുറശ്ശി

1764. 'കനം', 'ഇരുമ്പ്' എന്നീ ഉത്തരാധുനിക കവിതകളുടെ കർത്താവ്?

പി രാമൻ

1765. 'കവിതാരതി' എന്ന കൃതിയുടെ കർത്താവ്?

എം ലീലാവതി

1766. 'ഘാതകവധം' എന്ന നോവൽ പ്രസിദ്ധീകൃതമായ വർഷം?

1877

1767. 'പറങ്കിപ്പടയാളി' എന്ന കെ എം പണിക്കരുടെ നോവൽ പ്രസിദ്ധീകൃതമായ വർഷം?

1932

1768. ദ്വേധാകേശവീയം എന്ന് പണ്ഡിതന്മാർ വിശേഷിപ്പിച്ച കൃതി?

കേശവീയം (കെ സി കേശവപിള്ള)

1769. പി കുഞ്ഞിരാമൻ നായരുടെ ബാല കവിതാസമാഹാരം?

ബാലഭൂതം

1770. നിരവധി പേരുടെ ജീവിതചരിത്രക്കുറിപ്പുകൾ അടങ്ങിയ മഹത്ചരിതഭണ്ഡാകാരം എന്ന കൃതി രചിച്ചതാര്?

വിശാഖം തിരുനാൾ

1771. 'യേശുനാഥൻ' എന്ന ജീവചരിത്ര കൃതി രചിച്ചതാര്?

കെ പി കേശവമേനോൻ

1772. കെ സച്ചിദാനന്ദന്റെ നാടകങ്ങൾ ഏതെല്ലാം?

ഗാന്ധി, ശക്തൻ തമ്പുരാൻ, ഇര

1773. തിരുനെല്ലിവനത്തിലെ ആദിവാസികളുടെ ജീവിതം പരാമർശിക്കുന്ന പി വത്സലയുടെ നോവൽ ഏത്?

നെല്ല്

1774. 'ഓർമ്മകളുടെ രാത്രി' എന്ന ബോധധാരാ നോവലിന്റെ കർത്താവ്?

കെ എം തരകൻ

1775. കേരളത്തെപ്പറ്റി വിവരങ്ങൾ തയ്യാറാക്കിയ പ്രമുഖ അറബി സഞ്ചാരി?

സുലൈമാൻ

1776. 'ആധുനികതയുടെ മദ്ധ്യാഹ്നം' എന്ന കൃതിയുടെ കർത്താവ്?

നരേന്ദ്രപ്രസാദ്

1777. വൈക്കം മുഹമ്മദ് ബഷീറിനെക്കുറിച്ച് എം എൻ വിജയൻ രചിച്ച കൃതി?

മരുഭൂമികൾ പൂക്കുമ്പോൾ

1778. ജോർജ്ജ് വർഗ്ഗീസ്, കാക്കനാടന് കേന്ദ്രസാഹിത്യ അക്കാദമി അവാർഡ് ലഭിച്ച കഥാസമാഹാരം?

ജാപ്പാണം പുകയില

1779. 'എന്നെക്കുറിച്ചെഴുതുമ്പോൾ ഞാൻ മനുഷ്യനെക്കുറിച്ച് തന്നെ യാണ് എഴുതുന്നത്'- ആരുടേതാണ് ഈ വാക്കുകൾ?

ബാലചന്ദ്രൻ ചുള്ളിക്കാട്

1780. 'തേനും വയമ്പും' എന്ന കൃതിയുടെ കർത്താവ്?

പ്രസന്ന രാജൻ

1781. 'നോവൽ പ്രശ്നങ്ങളും പഠനങ്ങളും' എന്ന കൃതിയുടെ കർത്താവ്?

എം അച്യുതൻ

1782. മൂർക്കോത്ത് കുമാരൻ എഴുതിയ നോവൽ?

ലോകാപവാദം

1783. 'നാടകീയം എന്ന കൃതിയുടെ കർത്താവ്?

കൈനിക്കര കുമാരപിള്ള

1784. പുന്നപ്ര - വയലാർ എന്ന നോവലിന്റെ മറ്റൊരു പേര്?

ബാലശിവൻ

1785. ആനന്ദ് എന്ന തൂലികാനാമത്തിൽ അറിയപ്പെടുന്ന എഴുത്തുകാരൻ?

പി സച്ചിദാനന്ദൻ

1786. 'കേളീസൗധം - നാല് ഭാഗങ്ങൾ' ഈ കഥാസമാഹാരത്തിന്റെ കർത്താവ്?

ഇ വി കൃഷ്ണപിള്ള

1787. 'പുന്നപ്ര - വയലാർ' (ബാലശിവൻ) എന്ന ആർ രാഘവൻ നായ രുടെ നോവലിന്റെ പരാമർശം?

സർ. സി പി യുടെ ഭരണകാലം

1788. മാവേലി പുരാവൃത്തത്തെ മുൻനിർത്തി അക്കിത്തം അച്യുതൻ നമ്പൂതിരി രചിച്ച കാവ്യം?

ബലിദർശനം

1789. 'ഘോഷയാത്ര' ആരുടെ കഥാസമാഹാരമാണ്?
തകഴി ശിവശങ്കരപ്പിള്ള

1790. 'കൂനൻ കുരിശ് സത്യത്തിന്റെ ചരിത്രം' പശ്ചാത്തലമാകുന്ന നോവലേത്?
കൂനൻ കുരിശ് (വി എം ചെറിയാൻ)

1791. പൈങ്കിളിക്കണ്ണി, പരാപരക്കണ്ണി എന്നീ വൃത്തങ്ങളുടെ ഉപജ്ഞാതാവാര്?
തായ്മാനവൻ

1792. കേരള പാണനീയം രണ്ടാം പതിപ്പിന്റെ രചനാരീതി?
ആഗമിക വ്യാകരണരീതി

1793. ചെറുശ്ശേരി എന്നത് ഗ്രന്ഥനാമമാണെന്ന് അഭിപ്രായപ്പെട്ടതാര്?
കുണ്ടൂർ നാരായണമേനോൻ

1794. 'ചൂളൈമേട്ടിലെ ശവങ്ങൾ' എന്ന കഥയുടെ കർത്താവ്?
എൻ എസ് മാധവൻ

1795. എ ആർ രാജരാജവർമ്മയുടെ 'ഒഥല്ലോ' വിവർത്തനത്തിന്റെ പേര്?
ഉദാലകചരിതം

1796. ന്യൂനത്വേഅധമം എന്തിന്റെ ന്യൂനത്വം?
കേരള ഭാഷ

1797. 'പഴയ ജീവിതം പാടെ വെറുത്തു ഞാൻ
ഇനിയുമെന്നെ തുലയ്ക്കാൻ വരുന്നുവോ?' ഏതു കവിതയിലെ വരികളാണിത്?
എവിടെ ജോൺ (ബാലചന്ദ്രൻ ചുള്ളിക്കാട്)

1798. ചിഹ്ന ശാസ്ത്രപരമായി ഉംബർട്ടോ എക്കോ എഴുതിയ കൃതി?
എ തിയറി ഓഫ് സെമിയോട്ടിക്സ്

1799. 'എത്രനാൾ നാമിണങ്ങി പരസ്പരം–
മത്രമാത്രം പ്രപഞ്ചം മധുരിതം' – ഏതു കവിതയിലെ വരികളാണിത്?
കുരുക്ഷേത്രം

1800. ദസ്തയേവ്സ്കിയുടെ കഥ രചിച്ചതാര്?
കെ സുരേന്ദ്രൻ

1801. 'മോഹൻദാസ് ഗാന്ധി' എന്ന ഗ്രന്ഥത്തിന്റെ രചയിതാവ്?
സ്വദേശാഭിമാനി രാമകൃഷ്ണപിള്ള

1802. ആദിത്യവർമ്മ രാജാവ് സന്ദേശവാഹകനായി വരുന്ന കൃതി?
ഉണ്ണുനീലിസന്ദേശം

1803. 'ദശരൂപകം' എന്ന സാഹിത്യശാസ്ത്ര ഗ്രന്ഥം രചിച്ചത്?

ധനഞ്ജയൻ

1804. 'പ്രകാശം പരത്തുന്ന ആങ്കുട്ടി' എന്ന കഥാസമാഹാരത്തിന്റെ കർത്താവ്?

കെ പി രാമനുണ്ണി

1805. 'ആധുനിക നോവലിസ്റ്റുകളുടെ പ്രമേയമായിത്തീർന്ന അന്യവൽക്കരണവും അപമാനവീകരണവും ആദ്യമായി ശക്തിയോടെ ആവിഷ്കരിച്ചത് കോവിലനാണ്' – ഇങ്ങനെ അഭിപ്രായപ്പെട്ടതാര്?

കെ എം തരകൻ (മലയാള നോവൽ സാഹിത്യ ചരിത്രം)

1806. 'മുത്തുക്കുട' (1972) എന്ന നോവലിന്റെ കർത്താവ്?

പി ആർ ശ്യാമള

1807. 'പാടുന്ന മൺതരികൾ' ഏത് വിഭാഗത്തിൽപ്പെട്ട കൃതിയാണ്?

വിലാപ കാവ്യം

1808. പ്രണയത്തിന്റെ അധര സിന്ദൂരം കൊണ്ടെഴുതിയ കഥ എന്ന് വിശേഷിപ്പിക്കപ്പെട്ടത് ഏത് കഥ?

ഗൗരി (ടി പത്മനാഭൻ)

1809. ഉണ്ണിച്ചിരുതേവീ ചരിതത്തിൽ പരാമർശിക്കപ്പെടുന്ന നൃത്തവിശേഷം?

ആർച്ചാക്കൂത്ത്

1810. എഴുത്തച്ഛനെ കഥാപാത്രമാക്കി സി രാധാകൃഷ്ണൻ രചിച്ച നോവൽ?

തീക്കടൽ കടഞ്ഞ് തിരുമധുരം

1811. ബ്രഹ്മാണ്ഡപുരാണത്തിൽ തൂർപ്പാകാരം എന്ന് പരാമർശിക്കപ്പെടുന്ന നാട്?

കേരളം

1812. മഗ്ദലന മറിയം എന്ന ഖണ്ഡകാവ്യത്തിലെ വൃത്തം?

മഞ്ജരി

1813. സ്നേഹരാമായണം എഴുതിയത്?

കൈതപ്രം ദാമോദരൻ നമ്പൂതിരി

1814. 'ഏട്ടിലെ പശുക്കളെ നോക്കുന്ന ഗോവിന്ദൻ ഞാൻ
നാട്ടിലെ പശുക്കളെ നോക്കുന്നു പത്മാവതി' – ആരുടെ വരികൾ?

എം ഗോവിന്ദൻ

1815. 'ഭൂതകാലത്തിന്റെ പ്രഭാവതന്തുക്കളാൽ നെയ്തെടുത്ത ഭൂതിമത്തായ കവിതകൊണ്ട് ഭവൽക്കാലത്തിന്റെ നഗ്നതയെ ഉടുപ്പിക്കാനുള്ള യത്നമാണ് ഉള്ളൂർ കവിതാസാകല്യം' എന്ന് അഭിപ്രായപ്പെട്ടത്?

ഡോ. എം ലീലാവതി

1816. കേരളീയ സംഗീതത്തെക്കുറിച്ചു പരാമർശിക്കുന്ന ആദ്യകാല ഗ്രന്ഥം?

ചിലപ്പതികാരം

1817. സ്വാതന്ത്ര്യവാദത്തെ ആദ്യമായി അവതരിപ്പിച്ചതാര്?

ആറ്റൂർ കൃഷ്ണപ്പിഷാരടി

1818. കേരള പാണിനീയത്തിൽ ചുട്ടെഴുത്തുകളായി പരിഗണിച്ചിരിക്കുന്ന അക്ഷരങ്ങൾ ഏവ?

അ, ഇ, ഉ, എ

1819. മലയാളഭാഷയിൽ തന്നെ പൂർണ്ണമായി രചിച്ച ആദ്യ വ്യാകരണം?

മലയാഴ്മയുടെ വ്യാകരണം

1820. ചേരുംപടി ചേർക്കുക.

പട്ടിക I	പട്ടിക II
a) സംസ്കൃതജന്യം	1) എ ആർ രാജരാജവർമ്മ
b) മിശ്രഭാഷാജന്യം	2) കെ എം ജോർജ്ജ്
c) മൂലദ്രാവിഡജന്യം	3) സി എൽ ആന്റണി
d) തമിഴ്ജന്യം	4) ഇളംകുളം കുഞ്ഞൻപിള്ള
	5) വടക്കുംകൂർ രാജരാജവർമ്മ

a5, b4, c2, d1

1821. 'വാരിധീ തന്നിൽ തിരമാലകൾ എന്നപോലെ
ഭാരതീ പദാവലി തോന്നണം കാലേ കാലേ' – ആരുടെ പ്രാർത്ഥനയാണിത്?

തുഞ്ചത്ത് രാമാനുജൻ എഴുത്തച്ഛൻ

1822. 'ഞാനീ കറുത്തൊരു നീറ്റിൽ മുങ്ങി
കാണാതായപ്പോൾ കരയുമോ നീ' – ആരുടെ വരികൾ?

ഇടശ്ശേരി ഗോവിന്ദൻ നായർ

1823. താറും കുറ്റിച്ചൂലുമായി സാമൂഹിക കാപട്യങ്ങളെ താറടിച്ച ആധുനിക കവി?

കടമ്മനിട്ട രാമകൃഷ്ണൻ

1824. 'ഇന്ദുലേഖ', 'മാർത്താണ്ഡവർമ്മ' എന്നീ നോവലുകൾക്ക് ആധാരമായി പറയപ്പെടുന്ന വിദേശനോവലുകൾ?

ഹെന്റീറ്റാ ടെമ്പിൾ, ഐവാനോ

1825. പ്രേമസംഗീതത്തെ മലയാളത്തിന്റെ പ്രേമോപനിഷത്ത് എന്ന് വിളിച്ചതാര്?

എം ലീലാവതി

1826. 'വീടാംകൂട്ടിൽ കുടുങ്ങും തത്തമ്മകൾ' – വള്ളത്തോൾ നാരായണമേനോന്റെ ഏത് കൃതിയിലെ വരികളാണിത്?

ചിത്രശാല

1827. വാസനാകൃതി രചിച്ചത് വേങ്ങയിൽ കുഞ്ഞിരാമൻ നായനാരാണെന്നതിന് തെളിവില്ലെന്ന് നിരീക്ഷിച്ച നിരൂപകൻ?

എം എം ബഷീർ

1828. 'കവിപക്ഷിമാല' എന്ന കൃതിയുടെ കർത്താവ്?

കോയിപ്പിള്ളി പരമേശ്വരക്കുറുപ്പ്

1829. ചേരുംപടി ചേർക്കുക.

പട്ടിക I	പട്ടിക II
a) കോട്ടയം കേരളവർമ്മ	1) ദുര്യോധന വധം
b) ഇരയിമ്മൻ തമ്പി	2) കല്ല്യാണസൗഗന്ധികം
c) അശ്വതി തിരുനാൾ	3) പൂതനാമോക്ഷം
d) വയസ്ക്കര മൂസ്സ്	4) കീചക വധം
	5) ബാലി വധം

a2, b4, c3, d1

1830. 'നളചരിതത്തിലെ ഭാഷ മലയാളമോ സംസ്കൃതമോ മണിപ്രവാളമോ അല്ല. ഇതൊന്നുമല്ലാത്ത ഉണ്ണായി ഭാഷയാണ്' എന്ന് എഴുതിയത്?

എസ് കെ നായർ

1831. അപ്പമേസ്ത്രി എന്ന കഥാപാത്രം പ്രത്യക്ഷപ്പെടുന്ന കൃതി?

നെയ്ത്തുകാരൻ

1832. പി കുഞ്ഞുരാമൻ നായരെ ഉദ്ദേശിച്ചു ആറ്റൂർ രചിച്ച കവിത?

മേഘരൂപൻ

1833. റംബാൻ പാട്ടെഴുതിയതാര്?

മാളിയേക്കൽ തോമ

1834. 'ബംഗാൾ' ആരുടെ കവിതയാണ്?

കെ ജി ശങ്കരപ്പിള്ള

1835. 'കുഞ്ഞുമൂസ വിവാഹിതനാവുന്നു' ഏതു വിഭാഗത്തിൽപ്പെടുന്ന കൃതിയാണ്?

നാടകം (അക്ബർ കക്കട്ടിൽ)

1836. മിഥോളജിയും ഇക്കോളജിയും സമന്വയിക്കുന്ന ഒ വി വിജയന്റെ നോവൽ?

മധുരം ഗായതി

1837. ഭാഷാശാസ്ത്രത്തിൽ തരംഗ സിദ്ധാന്തം (Wave theory) അവതരിപ്പിച്ചതാര്?

യോഹന്നാസ് ഷ്മിറ്റ്

1838. 'ക്ഷോണീന്ദ്രപത്നിയുടെ വാണീം നിശമ്യപുന –

രേണീവിലോചന നടുങ്ങീ മിഴിയിണ കലങ്ങീ

വിവശതയിൽ മുങ്ങി' –ഈ വരികൾ ഏത് ആട്ടക്കഥയിലേതാണ്?

കീചകവധം

1839. സാധുജന പരിപാലനയോഗം സ്ഥാപിച്ചതാര്?

അയ്യങ്കാളി

1840. 'കൊച്ചുസീത' എന്ന കൃതിയുടെ വൃത്തം എന്ത്?

കാകളി

1841. പൂർവ്വ തമിഴ് മലയാളവാദത്തെ അനുകൂലിക്കുന്നവരിൽ പ്രമുഖർ?

കമിൽ സ്വലബിൽ, എം ഗോവിന്ദൻകുട്ടി, എസ് ഡി ഷൺമുഖം

1842. 'കുറിച്യരുടെ ലോകം' എന്ന കൃതിയുടെ കർത്താവ്?

സി ചാക്കോ കണ്ണാട്ടുമോടി

1843. 'ലഡു' എന്ന ചെറുകഥയുടെ കർത്താവ്?

ചന്ദ്രമതി

1844. 'ചാർവാകൻ' എന്ന കവിത എഴുതിയതാര്?

കുരീപ്പുഴ ശ്രീകുമാർ

1845. ചേരുംപടി ചേർക്കുക.

പട്ടിക I	പട്ടിക II
a) ജീവിത സ്മരണകൾ	1) പി കെ വാര്യർ
b) സ്മൃതിപഥം	2) കെ സി മാമൻ മാപ്പിള
c) എന്റെ നാടുകടത്തൽ	3) വിഷ്ണു ഭാരതീയൻ
d) അടിമകളെങ്ങനെ ഉടമകളായി	4) സ്വദേശാഭിമാനി രാമകൃഷ്ണപിള്ള
	5) ജോസഫ് മുണ്ടശ്ശേരി

a2, b1, c4, d3

1846. ഈ നോവലിലെ പരിണാമഗുപ്തി എന്നൊന്ന് വായനക്കാരെ കാത്തിരിക്കുന്നില്ലെന്ന് തകഴിയുടെ പതിതപങ്കജത്തെക്കുറിച്ച് പറഞ്ഞത്?

ഇ വി കൃഷ്ണപിള്ള

1847. 'ജീൻ ക്രിസ്റ്റോഫ്' മലയാളത്തിലേക്ക് വിവർത്തനം ചെയ്തത്?

ഡോ. എസ് കെ വസന്തൻ

1848. എസ് ഗുപ്തൻനായരുടെ 'അമൃതസ്മൃതി' എന്ന പുസ്തകത്തിന്റെ ഉള്ളടക്കമെന്ത്?

പതിന്നാല് സാഹിത്യകാരന്മാരുമായുള്ള സൗഹൃദത്തിന്റെ ഓർമ്മക്കുറിപ്പുകൾ

1849. കേരളത്തിലെ ഏറ്റവും വലിയ സാഹിത്യപുരസ്കാരം നൽകുന്നതാര്?

കേരള സർക്കാർ (എഴുത്തച്ഛൻ പുരസ്കാരം)

1850. മലയാളത്തിലെ ഉൽക്ഷിപ്തമേത്?

ര

1851. കേരളോല്പത്തിയിൽ കൊടുങ്ങല്ലൂരിന് പറയുന്ന പേര്?

അല്ലൂർ

1852. 'നമ്മുടെ വിധുരവിലാപ കാവ്യങ്ങൾ' എന്ന ലേഖനം രചിച്ചത് ആര്?

കുട്ടികൃഷ്ണമാരാർ (രാജാങ്കണം)

1853. കേരളത്തിലെ നളന്ദ എന്നറിയപ്പെടുന്നത്?

തൃക്കണാ മതിലകം

1854. മലയാള കലാഗ്രാമം എവിടെയാണ്?

മാഹി

1855. മാതൃചരമത്തെക്കുറിച്ച് ആശാൻ എഴുതിയ കൃതി?

അനുതാപം

1856. കുമാരനാശാനെ ദിവ്യകോകിലം എന്ന് വിളിച്ചതാര്?

എം ലീലാവതി

1857. ഉപനിഷത്തുകളെക്കുറിച്ചു സുകുമാർ അഴിക്കോട് എഴുതിയ പഠനഗ്രന്ഥം?

തത്ത്വമസി

1858. മലയാളത്തിലെ ആദ്യത്തെ ഉപന്യാസ സമാഹാരം?

ഗദ്യമാലിക

1859. 'ഒരു മുടന്തന്റെ സുവിശേഷം' എന്ന കവിതാസമാഹാരത്തിന്റെ കർത്താവ്?

കല്പറ്റ നാരായണൻ

1860. ഒരു മലയാളി നിർമ്മിച്ച ആദ്യ നിഘണ്ടു?
മലയാളം (തോബിയാസ് സക്കറിയാസ്)

1861. കേരളത്തിന്റെ സ്വന്തമെന്ന് പറയാവുന്ന നൃത്തരീതി ഏത്?
മോഹിനിയാട്ടം

1862. പൊന്നാന കളി എന്നുകൂടി പേരുള്ള നാടൻ കലാരൂപം?
കണ്ണ്യാർകളി

1863. സഞ്ജയൻ എന്ന മാസിക ആരംഭിച്ചതാര്?
എം ആർ നായർ

1864. തൃശ്ശൂരിലെ കണ്ടശ്ശാംകടവ് എന്ന സ്ഥലത്ത് ജനിച്ച പ്രശസ്ത എഴുത്തുകാരൻ?
ജോസഫ് മുണ്ടശ്ശേരി

1865. സേതുവും പുനത്തിൽ കുഞ്ഞബ്ദുള്ളയും ചേർന്ന് എഴുതിയ നോവലേത്?
നവഗ്രഹങ്ങളുടെ തടവറ

1866. ആത്മകഥാംശം ഉൾക്കൊള്ളുന്ന മലയാറ്റൂർ രാമകൃഷ്ണന്റെ നോവൽ?
വേരുകൾ

1867. മയ്യഴി പശ്ചാത്തലമാക്കി എം മുകുന്ദൻ രചിച്ച രണ്ട് നോവലുകൾ?
ദൈവത്തിന്റെ വികൃതികൾ, മയ്യഴിപ്പുഴയുടെ തീരങ്ങളിൽ

1868. കേരളത്തിൽ ഏറ്റവും കൂടുതൽ ജീവചരിത്ര ഗ്രന്ഥങ്ങൾ പുറത്തിറങ്ങിയത്?
കുമാരനാശാനെക്കുറിച്ച്

1869. നാലപ്പാടൻ രചിച്ച ദാർശനിക ഗ്രന്ഥം?
ആർഷജ്ഞാനം

1870. രാമചരിതത്തിൽ എത്ര പടലങ്ങളുണ്ട്?
164

1871. തിരുനിഴൽമാലയിൽ സംസ്തുതനാകുന്ന ദേവൻ?
ആറന്മുള അപ്പൻ

1872. 'ഇന്ദിര തന്നുടെ പുഞ്ചിരിയായൊരു
ചന്ദ്രികമെയ്യിൽ പരക്കയാലേ
പാലാഴി വെള്ളത്തിൽ മുങ്ങി നിന്നീടുന്ന
നീലാഭമായൊരു ശൈലം പോലെ' - അലങ്കാരങ്ങൾ ഏത്?
രൂപകം, ഉൽപ്രേക്ഷ

1873. ജോർജ്ജ് ഓണക്കൂറിന് കേരള സാഹിത്യ അക്കാദമി അവാർഡ് നേടിക്കൊടുത്ത കൃതി?

ഇല്ലം

1874. 'നോവലിസ്റ്റിന്റെ ശില്പശാല' എന്ന പുസ്തകം രചിച്ചതാര്?

ടി എൻ ജയചന്ദ്രൻ

1875. ആട്ടപ്രകാരത്തിന്റെയും ക്രമദീപികയുടെയും കാലം?

നാലാം ശതകത്തിനിപ്പുറം

1876. 'മുഹമ്മദ് ജയൻ' എന്ന പ്രസിദ്ധ ബാലസാഹിത്യകാരന്റെ യഥാർത്ഥ നാമം?

കെ ചിദംബരൻ

1877. ഗോയങ്ക അവാർഡ് നേടിയിട്ടുള്ള മലയാള നിരൂപകൻ?

എം കൃഷ്ണൻ നായർ

1878. 'അനന്തരം' എന്ന നോവലിന്റെ കർത്താവ്?

വി കെ എൻ

1879. 'ലോലമാം ക്ഷണമേ വേണ്ടുബോധമുള്ളിൽ ജ്വലിപ്പാനും
മാലണയ്ക്കും തമസ്സാകെ മാഞ്ഞുപോവാനും' – ഈ വരികളുടെ വൃത്തത്തിന്റെ പേരെന്ത്?

നതോന്നത

1880. 'ഇന്ത്യയുടെ ആത്മാവ്' എന്ന ദേശചരിത്രഗ്രന്ഥത്തിന്റെ കർത്താവ്?

കെ ദാമോദരൻ

1881. സർവ്വഗുരു വരുന്ന ഗണവ്യവസ്ഥ?

മഗണം

1882. രംനരംലഗുരുവും എന്ന ഗണവ്യവസ്ഥയിൽ വരുന്ന വൃത്തമേത്?

രഥോദ്ധത

1883. വൃത്തമഞ്ജരി പ്രസിദ്ധീകൃതമായ വർഷം?

1904

1884. 'നീണ്ട കത്തുകൾ' എന്ന സഞ്ചാരസാഹിത്യകൃതിയുടെ കർത്താവ്?

ജോസഫ് മുണ്ടശ്ശേരി

1885. ഏതൊരുവന്റെയും ജീവചരിത്രം അവനവൻ തന്നെ എഴുതുന്നതാണ് നല്ലത് എന്ന് അഭിപ്രായപ്പെട്ടത്?

ഡോ. ജോൺസൺ

1886. 'വ്യാഴവട്ട സ്മരണകൾ' എന്ന കൃതിയുടെ കർത്താവ്?

ബി കല്ല്യാണിയമ്മ

1887. 'തണ്ണീർകുടിയന്റെ ബണ്ട്' എന്ന കഥാസമാഹാരത്തിന്റെ കർത്താവ്?

എം മുകുന്ദൻ

1888. 'Principles of literary criticism' എന്ന ഗ്രന്ഥത്തിന്റെ കർത്താവ്?

ഐ എ റിച്ചാർഡ്സ്

1889. എൻ കൃഷ്ണപിള്ളയുടെ 'ഭഗ്നഭവനം' പ്രസിദ്ധീകരിച്ച വർഷം?

1942

1890. ചവിട്ടുനാടകം കഥകളിയുടെ വികലവും പരുക്കനുമായ ബദലാണെന്ന് അഭിപ്രായപ്പെട്ടതാര്?

ജോസഫ് മുണ്ടശ്ശേരി

1891. 'പുതിലിറക്കിക്കൊണ്ടു പുതുവിത്തണിനിലം

പതിയും കാർമുകിൽ നീങ്ങുമ്പോൾ,

ഏറെപ്പൊന്മുള പാടത്തോ, കുളിർ

കോരിയ കോമനു മാറത്തോ!' – ഈ വരികൾ ഏതു കവിതയിലേതാണ്?

പുത്തൻ കലവും അരിവാളും (ഇടശ്ശേരി ഗോവിന്ദൻ നായർ) അലങ്കാരം – സസന്ദേഹം

1892. 'നവമാദ്ധ്യമങ്ങൾ, ഭാഷ, സാഹിത്യം, സംസ്കാരം' – എന്ന കൃതിയുടെ സമ്പാദകൻ ആര്?

ഡോ. ജോസ് കെ മാനുവൽ

1893. 'മാറ്റാത്തി' എന്ന നോവലിന്റെ കർത്താവ്?

സാറാ ജോസഫ്

1894. മണിപ്രവാളത്തിലെ കേരള ഭാഷ എങ്ങനെയുള്ളതായിരിക്കണം?

വിഭക്ത്യന്തമായിരിക്കണം

1895. പരിസ്ഥിതി സൗന്ദര്യശാസ്ത്ര ദർശനത്തിൽ ചെറുകഥയെ വിലയിരുത്തിയ നിരൂപണ ഗ്രന്ഥത്തിന്റെ കർത്താവ്?

ജി മധുസൂദനൻ (ഗ്രന്ഥം – കഥയും പരിസ്ഥിതിയും)

1896. 'കുഞ്ചൻ നമ്പ്യാരുടെ പേര് രാമൻ എന്നാണ്' ഇങ്ങനെ വാദിച്ചവരിൽ പ്രമുഖർ?

ആർ നാരായണപ്പണിക്കർ, എം ആർ ബാലകൃഷ്ണവാരിയർ

1897. തമിഴ് മലയാളമായി മാറി വരുന്നതിന്റെ വിവിധ പടവുകളാണ് ശാസന ഭാഷ കൈകാര്യം ചെയ്തത്, ഇങ്ങനെ അഭിപ്രായപ്പെട്ടത്?

ഡോ. എ സി ശേഖർ

1898. പന്ത്രണ്ടാം ശതകത്തിന്റെ മദ്ധ്യഘട്ടം വരെയുള്ള മലനാട് തമിഴിന്റെ സ്വരൂപം ഗ്രഹിക്കുവാൻ ഇന്നു നമുക്ക് ഏക അവലംബം ശാസനകളാണ്. ഇങ്ങനെ പ്രസ്താവിച്ചതാര്?

ഇളംകുളം കുഞ്ഞൻപിള്ള

1899. പദ്യ സാഹിത്യത്തിൽ രാമചരിതം പോലെ ഗദ്യത്തിൽ ഒരു അനർഘനിധിയാണ് ഭാഷാകൗടിലീയം - ഇങ്ങനെ അഭിപ്രായപ്പെട്ടതാര്?

ഇളംകുളം കുഞ്ഞൻപിള്ള

1900. തുള്ളലിൽ ഉപയോഗിച്ചു പോരുന്ന സംസ്കൃത വൃത്തം ഏത്?

വക്ത്രം

1901. മലയാളത്തിലെ ആദ്യത്തെ വനിതാ നോവലിസ്റ്റായ ജെ പാറുക്കുട്ടിയമ്മ രചിച്ച നോവൽ?

ശ്രീ ശക്തിമയി (ആപത്കരമായ മാല)

1902. നമ്പൂതിരിമാർക്കിടയിലെ അനാചാരങ്ങളെ പ്രമേയമാക്കി രചിച്ച ആദ്യത്തെ നോവൽ?

അപ്ഫന്റെ മകൾ (1933)

1903. മലയാളത്തിലെ ആദ്യത്തെ ജീവചരിത്ര ഗ്രന്ഥമേത്?

വിശുദ്ധ ത്രേസിയയുടെ ചരിത്രസംക്ഷേപം (1886)

1904. മഹാത്മാഗാന്ധിയെക്കുറിച്ച് ആദ്യമായി മലയാളത്തിൽ ഗ്രന്ഥരചന നടത്തിയതാര്?

സ്വദേശാഭിമാനി രാമകൃഷ്ണപിള്ള

1905. ഗരുഡൻ സന്ദേശ വാഹകനായി വരുന്ന ഗരുഡസന്ദേശത്തിന്റെ കർത്താവ്?

എം രാജരാജവർമ്മ

1906. സംസ്കൃതം എന്ന പദം ഭാഷയുടെ പേരായി ആദ്യം പ്രയോഗിച്ചിട്ടുള്ള കൃതി?

വാല്മീകി രാമായണം

1907. ഉപനിഷത്തുകൾ ആദ്യമായി വിവർത്തനം ചെയ്ത വിദേശ ഭാഷ?

പേർഷ്യൻ

1908. എഴുത്തച്ഛൻ അദ്ധ്യാത്മരാമായണം കിളിപ്പാട്ട് രചിച്ചത് ഏതിന്റെ ചുവടുപിടിച്ചാണ്?

സംസ്കൃതത്തിലെ അദ്ധ്യാത്മരാമായണം

1909. വ്യക്തി വിവേകം എന്ന സാഹിത്യ ശാസ്ത്ര കൃതി രചിച്ചതാര്?

മഹിമ ഭട്ടൻ

1910. ദീപിക (മഹാഭാഷാവ്യാഖ്യാനം) എന്ന വ്യാകരണ ഗ്രന്ഥത്തിന്റെ കർത്താവ്?

ഭർതൃഹരി

1911. 'തീവണ്ടിപ്പാളത്തിന്റെ വളവുതിരിവുകൾക്കനുസരിച്ച് ഓടിയടുത്തും അകന്നു മാറിയും പ്രലോഭിപ്പിക്കുന്ന കടൽ, മഴയുടെ ശക്തി വർദ്ധിച്ചു വരുന്നുണ്ട്. ഒപ്പം കാറ്റും' എന്നു തുടങ്ങുന്ന നോവൽ?

ജീവിതത്തിന്റെ പുസ്തകം (കെ പി രാമനുണ്ണി)

1912. 'കഴുമരങ്ങളുടെ കഥ' എന്ന കൃതിയുടെ കർത്താവാര്?

വയലാർ രാമവർമ്മ

1913. 'മുല പറിച്ചുവലിച്ചെറിഞ്ഞീപ്പുരമെരിക്കും ഞാൻ
മുടി പറിച്ചു നിലത്തടിച്ചീക്കുലമൊടുക്കും ഞാൻ' – കടമ്മനിട്ട രാമകൃഷ്ണന്റെ ഈ വരികൾ ഏതു കവിതയിലേതാണ്?

കുറത്തി

1914. 'ഒരു ദേശത്തിന്റെ കഥ'യ്ക്ക് എസ് കെ പൊറ്റെക്കാട്ടിന് ജ്ഞാനപീഠ പുരസ്കാരം കിട്ടിയ വർഷം?

1980

1915. കലാലയ ജീവിതാനുഭവങ്ങൾ ചിത്രീകരിക്കുന്ന ജോസഫ് മുണ്ടശ്ശേരിയുടെ നോവൽ?

പ്രൊഫസർ (1948)

1916. എം ടിയുടെ 'നാലുകെട്ട്' പ്രസിദ്ധീകൃതമായ വർഷം?

1958

1917. രശ്മി വാജ്പേയി എന്ന കഥാപാത്രം പ്രത്യക്ഷപ്പെടുന്ന നോവൽ?

മഞ്ഞ് (എം ടി വാസുദേവൻ നായർ)

1918. വടക്കൻപാട്ടിന്റെ ഈണത്തിൽ കണ്ടാണിശ്ശേരി ഗ്രാമത്തിലെ തലമുറകളുടെ ചരിത്രം സൃഷ്ടിക്കുന്ന നോവൽ?

തട്ടകം (കോവിലൻ)

1919. 'ഒരു വഴിയും കുറെ നിഴലുകളും' (1959) എന്ന നോവലിന്റെ കർത്താവ്?

രാജലക്ഷ്മി

1920. ശിവകാമി എന്ന കഥാപാത്രത്തിന്റെ സൃഷ്ടിയിൽ നോവലിന്റെ ശക്തി തുടിച്ചുനില്ക്കുന്ന മലയാറ്റൂർ രാമകൃഷ്ണന്റെ കൃതി?

നെട്ടൂർമഠം

1921. 'മരം' (1966) എന്ന നോവലിന്റെ കർത്താവാര്?

എൻ പി മുഹമ്മദ്

1922. 'എനിക്കിതേവേണ്ടു പറഞ്ഞു പോകരു-
തിതു മറ്റൊന്നിന്റെ പകർപ്പെന്നു മാത്രം' – ആരുടെ വരികൾ?

ഇടശ്ശേരി ഗോവിന്ദൻ നായർ

1923. 'പീറ ജീവിത വെറ്റിലയിന്മേൽ
നൂറു തേയ്ക്കും നിൻ പരിഹാസം' – ഏതു കവിയുടേതാണ് ഈ ബിംബ കല്പന?

വൈലോപ്പിള്ളി ശ്രീധരമേനോൻ

1924. 'ഞാറ്റുപുരയിലെ അജ്ഞാതനോട് അയാൾക്ക് സഹതാപവും സ്നേഹം പോലും തോന്നി. നിർദോഷിയായ പതികൻ; മൊല്ലാക്ക ഓർത്തു. കർമ്മബന്ധത്തിന്റെ ഏതു ചരടാണ് നിങ്ങൾ ഈ വഴി കൊണ്ടുവന്നത്?' – ഏതു നോവലിലെ വരികളാണിത്?

ഖസാക്കിന്റെ ഇതിഹാസം (ഒ വി വിജയൻ)

1925. 'സ്മാരക ശിലകൾ' എന്ന പുനത്തിൽ കുഞ്ഞബ്ദുള്ളയുടെ നോവൽ പ്രസിദ്ധീകൃതമായ വർഷം?

1977

1926. 1985 ൽ പുറത്തുവന്ന 'നേർച്ചക്കോഴി' എന്ന കഥാസമാഹാരത്തിന്റെ കർത്താവ്?

ജോൺ എബ്രഹാം

1927. 'റെയിൻ ഡിയർ' എന്ന കഥാസമാഹാരത്തിന്റെ കർത്താവ്?

ചന്ദ്രമതി

1928. 'അവൻ മരണയോഗ്യൻ' എന്ന കഥാസമാഹാരത്തിന്റെ കർത്താവ്?

ജോർജ്ജ് ജോസഫ് കെ

1929. ദ്രമിഡസംഘാതം എന്നതിൽ എത്ര അക്ഷരങ്ങളുണ്ട്?

മുപ്പത് (12 സ്വരങ്ങളും 18 വ്യഞ്ജനങ്ങളും)

1930. ഓണത്തെക്കുറിച്ച് പരാമർശിക്കുന്ന സംഘകാലകൃതി?

മധുരൈകാഞ്ചി

1931. ദാവീദിനെ കേന്ദ്ര കഥാപാത്രമാക്കി സി ജെ തോമസ് രചിച്ച നാടകം?

ആ മനുഷ്യൻ നീ തന്നെ

1932. കരിമ്പന എന്ന പദം പിരിച്ചെഴുതുക

കരി + പന

1933. വള്ളത്തോൾ നാരായണമേനോൻ തന്റെ ചെറുകാവ്യങ്ങളുടെ സമാഹാരത്തിന് നൽകിയിരിക്കുന്ന പേരെന്ത്?

സാഹിത്യമഞ്ജരി (പതിനൊന്ന് ഭാഗം)

1934. വാച്യാർത്ഥത്തെ വ്യംഗ്യഭംഗിയിൽ പറയുന്ന അലങ്കാരമേത്?
പര്യായോക്തം

1935. സംഘകാലത്ത് സതി അനുഷ്ഠിക്കുന്ന സ്ത്രീകളുടെ ഓർമ്മയ്ക്കു വേണ്ടി സ്ഥാപിക്കുന്ന കല്ലുകൾക്ക് പറയുന്ന പേര്?
പുലച്ചിക്കല്ല്

1936. 'ജാതിവ്യവസ്ഥിതിയും കേരള ചരിത്രവും' –ഈ കൃതിയുടെ കർത്താവാര്?
പി കെ ബാലകൃഷ്ണൻ

1937. ഔചിത്യം എന്ന വാക്ക് എടുത്തുപയോഗിച്ച സാഹിത്യമീമാംസകൻ ആരാണ്?
ക്ഷേമേന്ദ്രൻ

1938. ഗുണം രസാശ്രിതവും അലങ്കാരം അംഗാശ്രിതവുമാണെന്ന് സിദ്ധാന്തിച്ചതാര്?
ആനന്ദവർദ്ധനൻ

1939. 'സൗന്ദര്യമലങ്കാരഃ' എന്ന് അലങ്കാരത്തിന് നിർവ്വചനം നൽകിയതാര്?
വാമനൻ

1940. 'A history of Travancore' എന്ന ഗ്രന്ഥത്തിന്റെ കർത്താവ്?
മാധവറാവു

1941. 1865 ലെ പണ്ടാരപ്പാട്ടം വിളംബരം ഏതു രാജാവിന്റെ കാലത്താണ് നടന്നത്?
ആയില്യം തിരുനാൾ രാമവർമ്മ മഹാരാജാവ്

1942. ഇരണിയലിൽ അനാചാരങ്ങളെ നിർത്തലാക്കിക്കൊണ്ട് 1696 ൽ ഒരു ശാസനം സ്ഥാപിച്ചതാരാണ്?
ഉമയമ്മറാണി

1943. 'വസുമതീ മാനവിക്രമം' എഴുതിയത് ആര്?
കാക്കശ്ശേരി നമ്പൂതിരി

1944. കേരളത്തെപ്പറ്റി വ്യക്തമായ പരാമർശമുള്ള അശോകചക്രവർത്തിയുടെ ശാസനം?
രണ്ടാം ശിലാശാസനം

1945. പിയാനിസ് പാതിരി രചിച്ച മലയാള ലിപിയെക്കുറിച്ചുള്ള ഗ്രന്ഥം?
ഗ്രമാറ്റിക്ക മലബാറിക്കോ ലുസ്തിയാന

1946. 'എഴുത്തച്ഛന്റെ കല' എന്ന ഗ്രന്ഥം രചിച്ചതാര്?
പി കെ ബാലകൃഷ്ണൻ

1947. മൂലൂർ സ്മാരകം സ്ഥിതി ചെയ്യുന്നതെവിടെ?
ഇലവുംതിട്ടയിൽ

1948. കേസരി ബാലകൃഷ്ണപിള്ള സ്വപ്ന പ്രസ്ഥാനം എന്ന് വിളിച്ചത്?
സർറിയലിസത്തെ

1949. കുഞ്ഞുണ്ണി എന്ന തൂലികാനാമത്തിൽ അറിയപ്പെടുന്നതാര്?
അതിയാരത്ത് കുഞ്ഞുണ്ണിനായർ

1950. 'കാശീയാത്ര പ്രബന്ധം' ആരുടെ കൃതിയാണ്?
വൈക്കത്ത് പാച്ചുമൂത്തത്

1951. ഭാഗവതി കഥയുടെ സ്വാധീനമുള്ള ചങ്ങമ്പുഴ കൃഷ്ണപിള്ളയുടെ കൃതി?
വസന്തോത്സവം

1952. 'റോസ്കോട്ട് ഭവനം' ഏത് സാഹിത്യകാരനുമായി ബന്ധപ്പെട്ടതാണ്?
സി വി രാമൻപിള്ള

1953. കുമാരനാശാൻ തിരുവനന്തപുരത്ത് നിന്നും ആരംഭിച്ച പ്രസിദ്ധീകരണം?
വിവേകോദയം (1904)

1954. ഉപശാഖാവാദത്തിന്റെ പ്രധാന വക്താക്കൾ?
രാജരാജവർമ്മ, എൽ വി രാമസ്വാമി അയ്യർ, പി ശങ്കരൻ നമ്പ്യാർ

1955. പ്രത്യയമില്ലാത്ത വിഭക്തി ഏത്?
നിർദ്ദേശിക

1956. 'കാട്ടുകുരങ്ങ്' (1962) എന്ന നോവലിന്റെ കർത്താവാര്?
കെ സുരേന്ദ്രൻ

1957. കോഴിക്കോട് നഗരത്തിൽ കല്ലായിപ്പുഴയുടെ തീരത്ത് ഈർച്ചമില്ലുകളുടെ ശബ്ദത്തിൽ ചിതറി വീശുന്ന മനുഷ്യരുടെ ജീവിതാഭിലാഷങ്ങളും ദുരന്താനുഭവങ്ങളും ചിത്രീകരിച്ച നോവൽ?
മരം (എൻ പി മുഹമ്മദ്)

1958. കുഞ്ഞുണ്ണി എന്ന കഥാപാത്രം പ്രത്യക്ഷപ്പെടുന്ന ഒ വി വിജയന്റെ നോവൽ?
ഗുരുസാഗരം

1959. 'ലെസ്ബിയൻ പശു' എന്ന കഥാസമാഹാരത്തിന്റെ കർത്താവ് ആര്?
ഇന്ദുമേനോൻ

1960. സംവൃതോകാരത്തെക്കുറിച്ച് ആദ്യം പരാമർശിച്ച ഗ്രന്ഥം?
ലീലാതിലകം

1961. കമ്പരാമായണത്തിന് മലയാള വിവർത്തനം തയ്യാറാക്കിയത്?

ഡോ. എസ് കെ നായർ

1962. 'ഈ നോവലിൽ കന്യകയോ വനമോ ഇല്ല' പുനത്തിൽ കുഞ്ഞബ്ദുള്ളയുടെ 'കന്യാവനങ്ങൾ' എന്ന നോവലിനെക്കുറിച്ചുള്ള ഈ നിരീക്ഷണം ആരുടേതാണ്?

എം എൻ കാരശ്ശേരി

1963. ചേരുംപടി ചേർക്കുക

a) ധർമ്മരാജ — 1. പ്രേമാജയകുമാർ

b) ഇന്ദുലേഖ — 2. ആർ ഇ ആഷർ

c) പാത്തുമ്മയുടെ ആട് — 3. ജി എസ് അയ്യർ

d) രാമരാജബഹദൂർ — 4. ഡ്യൂമർഗ്

5. പി എ വാര്യർ

Ans: a) 3, b) 4, c) 2, d)1

1964. 'ഞാനൊരു വെറും സൗന്ദര്യാത്മക കവി മാത്രം' ആരുടെ പ്രസ്താവനയാണിത്?

വൈലോപ്പിള്ളി ശ്രീധരമേനോന്റെ

1965. 'വിനയെച്ചം' എന്ന പദത്തിലെ 'വിന' സൂചിപ്പിക്കുന്നത്?

ക്രിയ

1966. ചേരുംപടി ചേർക്കുക

a) കുറിഞ്ചി — 1. മറവർ

b) മുല്ലൈ — 2. കുറവർ

c) പാലൈ — 3. ഉഴവർ

d) നെയ്തൽ — 4. ഇടയർ

5. വാലർ

Ans: a. 2, b. 4, c. 1, d. 5

1967. 'കർമ്മഭൂമിയുടെ പിഞ്ചുകാൽ' എന്ന കവിതയുടെ രചനാലക്ഷ്യം?

ബ്രിട്ടീഷ് ആധിപത്യത്തെ എതിർക്കൽ

1968. ഗാന്ധിജിയുടെ മരണത്തെക്കുറിച്ച് വള്ളത്തോൾ നാരായണ മേനോൻ രചിച്ച വിലാപകാവ്യം?

ആ ചുടലക്കളം

1969. അന്യാപദേശ രീതി ഒട്ടേറെ കഥകളിൽ പ്രയോഗിച്ച കഥാകൃത്ത്?

എം സുകുമാരൻ

1970. 'കവിപുഷ്പമാല' എന്ന പേരിൽ കൃതികൾ എഴുതിയത് ആരെല്ലാം?

കാത്തുള്ളിൽ അച്യുതമേനോൻ, വെൺമണി മഹൻ

1971. 'പൂമെത്തേലെഴുന്നേറ്റിരുന്നു ദയിതേ പോകുന്നു ഞാൻ' – എന്നാരംഭിക്കുന്ന മുക്തകം രചിച്ചതാര്?

പൂന്തോട്ടത്ത് നമ്പൂതിരി

1972. കോവളം കവികൾ എന്നറിയപ്പെടുന്നതാര്?

അയ്യിപ്പിള്ള ആശാൻ (രാമകഥാ പാട്ട്), അയ്യനപ്പിള്ള ആശാൻ (ഭാരതം പാട്ട്)

1973. 'മാനസികമായ അടിമത്തം' എന്ന കൃതി രചിച്ചതാര്?

തായാട്ട് ശങ്കരൻ

1974. 'കണ്ണുനീർത്തുള്ളിയെ' സഞ്ജയൻ വിശേഷിപ്പിച്ചതെങ്ങനെ?

ഭാഷയിലെ താജ്

1975. 'നടി' എന്ന നോവലിന്റെ കർത്താവ്?

പി കേശവദേവ്

1976. 'ചുണ്ടെലി' എന്ന നോവൽ രചിച്ചതാര്?

വിലാസിനി

1977. പ്രൊഫ. തിരുനല്ലൂർ കരുണാകരൻ രചിച്ച ആധുനിക മഹാകാവ്യം?

സീത

1978. 'പ്രരോദനം' എന്ന കൃതിയിലെ വൃത്തം?

ശാർദൂലവിക്രീഡിതം

1979. 'മയൂര സന്ദേശത്തെപ്പോലെ ഹൃദയ ദ്രവീകരണ പ്രഭാവമുള്ള ഒരു ഭാഷാ സന്ദേശകാവ്യം അതിൽ പിന്നീട് ആരും രചിച്ചിട്ടില്ല' എന്ന് അഭിപ്രായപ്പെട്ടത് ആര്?

ഉള്ളൂർ

1980. മംഗളസ്വരൂപൻ എന്ന ചെറുകഥയുടെ കർത്താവ്?

എസ് വി വേണുഗോപൻ നായർ

1981. 'ഞാൻ പട്ടാളത്തിൽ ചേരാനിടയായ സാഹചര്യങ്ങൾ' എന്ന കഥയുടെ കർത്താവ്?

സക്കറിയ

1982. 'ഉർവശീ നൃത്തം' എന്ന കവിതയുടെ കർത്താവ്?

വിഷ്ണുനാരായണൻ നമ്പൂതിരി

1983. രാമായണം ചമ്പുവിന്റെ കർത്താവ് പുനം അല്ലെന്ന് പറഞ്ഞ പണ്ഡിതനാര്?

എൻ കൃഷ്ണപിള്ള

1984. 'ഉടൻ മഹാദേവിയിടത്തു കൈയാൽ
അഴിഞ്ഞ വാർപൂങ്കുഴലൊന്നൊതുക്കി
ജ്വലിച്ച കൺകൊണ്ടൊരു നോക്കുനോക്കി
പാർശ്വസ്ഥനാകും പതിയോടുരച്ചു'- സന്ദർഭം?
ഗണപതിയുടെ കൊമ്പുമുറിഞ്ഞപ്പോൾ

1985. വെളിച്ചപ്പാട് പുരാവൃത്തം ആധാരമാക്കിയ ഇടശ്ശേരിയുടെ കാവ്യം
കാവിലെപ്പാട്ട്

1986. ചേരുംപടി ചേർക്കുക.

a) ഭൂതക്കട്ട	1. എസ് ജോസഫ്
b) ഐഡന്റിറ്റി കാർഡ്	2. മോഹനകൃഷ്ണൻ കാലടി
c) ഗ്രാമവൃക്ഷത്തിലെ വവ്വാൽ	3. വിജയലക്ഷ്മി
d) മൃഗശിക്ഷകൻ	4. റഫീക് അഹമ്മദ്
	4. പി എൻ ഗോപീകൃഷ്ണൻ

Ans: a. 2, b. 1, c. 4, d.3

1987. ശ്രീപർവ്വതം വലിയങ്ങാടിയെ വർണ്ണിക്കുന്ന പ്രാചീന കാവ്യം ഏത്?
ഉണ്ണിയാടീചരിതം

1988. 'പുനർജന്മ നിരൂപണം' എന്ന കൃതിയുടെ കർത്താവ്?
ചട്ടമ്പിസ്വാമികൾ

1989. 'രസോവൈസഃ' ഏത് ഉപനിഷത്തിലെ വാക്യമാണ്?
തൈത്തിരിയോപനിഷത്ത്

1990. ട്രാജഡിയെക്കുറിച്ച് വിവരിക്കുന്ന പ്രാചീന ലക്ഷണ ഗ്രന്ഥം?
പൊയറ്റിക്സ്

1991. കവിത ശക്തമായ വികാരങ്ങളുടെ നൈസർഗ്ഗിക പ്രവാഹമാണെന്നും പ്രശാന്തതയിൽ സമാഹൃതമാകുന്ന വികാരങ്ങളിൽ നിന്നാണ് അത് രൂപമെടുക്കുന്നതെന്നും വാദിച്ചത് ആര്?
വേർഡ്സ്‌വർത്ത്

1992. വലിയ മനസ്സുള്ള ഒരു മനുഷ്യസ്നേഹി, ജീവിത പ്രേമി, മനുഷ്യ ഹൃദയജ്ഞനും, ജിജ്ഞാസുവുമായ ഒരു നീരീക്ഷകൻ, തൊടുന്നതെല്ലാം പൊന്നാക്കാൻ കഴിവുള്ള ഒരു തൂലികയുടെ ഉടമസ്ഥൻ - ഏത് കഥാകാരനാണ് ഇങ്ങനെ വിശേഷിപ്പിക്കപ്പെടുന്നത്?
ഉറൂബ്

1993. രാവണനെ കേന്ദ്രകഥാപാത്രമാക്കി സി എൻ ശ്രീകണ്ഠൻനായർ രചിച്ച നാടകം?

ലങ്കാലക്ഷ്മി (കാഞ്ചന സീത– രാമൻ, സാകേതം – ദശരഥൻ)

1994. വിലാപകാവ്യവൃത്തമെന്നറിയപ്പെടുന്നത്?

വിയോഗിനി

1995. ഗജേന്ദ്രമോക്ഷം പറയൻതുള്ളലിന്റെ കർത്താവ്?

വെൺമണി അച്ഛൻ നമ്പൂതിരി

1996. സുജന നന്ദിനിയുടെ സ്ഥാപക പത്രാധിപർ?

പറവൂർ കേശവനാശാൻ

1997. നവയുഗ ഭാഷാനിഘണ്ടുവിന്റെ കർത്താവ്?

ആർ നാരായണപ്പണിക്കർ

1998. കൃത്രിമമായ ക്രീഡാതടാകങ്ങളും കേളീശൈലങ്ങളും നിറഞ്ഞ ഒരു മഹാസമ്പന്നന്റെ കൊട്ടാരം പോലെ ആകർഷകമാണ് ഈ കൃതി എന്ന് ഗിരിജാകല്യാണത്തെ വിശേഷിപ്പിച്ചതാര്?

ഡോ. കെ എൻ എഴുത്തച്ഛൻ

1999. 'പ്രാണനാഥനെനിക്കു നല്കിയ പരമാനന്ദരസം' എന്ന ശൃംഗാര പദം രചിച്ചതാര്?

ഇരയിമ്മൻ തമ്പി

2000. കഥകളിയുടെ ഉപജ്ഞാതാവായ കൊട്ടാരക്കര തമ്പുരാന്റെ ജീവിതകാലം?

17–ാം ശതകത്തിന്റെ ഉത്തരാർദ്ധം

സഹായക ഗ്രന്ഥങ്ങൾ

1. *കേരള സാഹിത്യചരിത്രം* (5 വോള്യങ്ങൾ) – ഉള്ളൂർ എസ് പരമേശ്വരയ്യർ
2. *സാഹിത്യചരിത്രം പ്രസ്ഥാനങ്ങളിലൂടെ* – എഡിറ്റർ: ഡോ. കെ എം ജോർജ്ജ്
3. *ആധുനിക മലയാള സാഹിത്യചരിത്രം പ്രസ്ഥാനത്തിലൂടെ* – എഡിറ്റർ: ഡോ. കെ എം ജോർജ്ജ്.
4. *കൈരളിയുടെ കഥ* – എൻ കൃഷ്ണപിള്ള
5. *മലയാള നോവൽ സാഹിത്യ ചരിത്രം* – കെ എം തരകൻ
6. *മലയാള കവിതാ സാഹിത്യചരിത്രം* – എം ലീലാവതി
7. *ചെറുകഥ, ഇന്നലെ ഇന്ന്* – എം അച്യുതൻ
8. *നമ്മുടെ കവിത* – കെ എസ് പ്രകാശ്
9. *ഭാഷാ സാഹിത്യചരിത്രം* – സി ജെ മണ്ണുമ്മൂട്
10. *കേരള ചരിത്രം* – എ ശ്രീധരമേനോൻ.
11. *പാശ്ചാത്യ സാഹിത്യദർശനം* – എം അച്യുതൻ.
12. *കാവ്യഭാഷയിലെ പ്രശ്നങ്ങൾ* – എഡിറ്റർ: ഡോ. ദേശമംഗലം രാമകൃഷ്ണൻ.
13. *കേരള സംസ്കാരം* – എ ശ്രീധരമേനോൻ
14. *കേരള പാണിനീയം* – എ ആർ രാജരാജവർമ്മ
15. *ഭാഷാഭൂഷണം* – എ ആർ രാജരാജവർമ്മ
16. *വൃത്തമഞ്ജരി* – എ ആർ രാജരാജവർമ്മ
17. *ഭാഷാ സാഹിത്യം സംസ്കാരം* – കെ പി ഹരിദാസ്
18. *മലയാള സാഹിത്യം കാലഘട്ടങ്ങളിലൂടെ* – പ്രൊഫ. എരുമേലി പരമേശ്വരൻ പിള്ള.
19. *മലയാള സാഹിത്യവും അനുബന്ധങ്ങളും* – രാജേഷ് മോൻജി
20. *മലയാളത്തിലെ അച്ചടി മാദ്ധ്യമം: ഭൂതവും വർത്തമാനവും* – എം ജയരാജ്
21. *സൈബർ ബഹുസ്വരവായനകൾ* – എഡിറ്റർ: സജി കരിങ്ങോല

www.ingramcontent.com/pod-product-compliance
Lightning Source LLC
LaVergne TN
LVHW100539051026
849519LV00003B/828
* 9 7 8 9 3 8 5 0 1 8 4 5 9 *

9 789385 018459